ਭਵਿਸ਼ਯ ਮਾਲਿਕ ਪੂਰਨ

The Beginning of Satya Yug from 2032...

Part - 1

ਪੰਡਿਤ ਕਸ਼ਿਨਾਥ ਮਿਸ਼ਰਾ ਜੀ

INDIA · SINGAPORE · MALAYSIA

ISBN 979-8-88975-939-3

ਲੇਖਕ ਦੀ ਕਲਮ ਤੋਂ...

ਮਹਾਪ੍ਰਭੂ ਸ਼੍ਰੀ ਜਗਨਨਾਥ, ਮਾਤਾ ਬਿਰਜਾ ਦੇਵੀ, ਮਾਂ ਸਰਸਵਤੀ ਅਤੇ ਭਗਵਾਨ ਗਣੇਸ਼ ਦੀ ਅਸੀਮ ਕਿਰਪਾ ਨਾਲ 600 ਸਾਲ ਪਹਿਲਾਂ ਉੜੀਆ ਭਾਸ਼ਾ ਵਿੱਚ ਪੰਚਸਖਾ ਵੱਲੋਂ ਲਿਖੇ ਭਵਿਸ਼ਯ ਮਾਲਿਕਾ ਗਰੰਥ ਨੂੰ ਉੜੀਆ ਭਾਸ਼ਾ ਤੋਂ ਹਿੰਦੀ ਅਤੇ ਭਾਰਤ ਦੀਆਂ ਹੋਰ ਭਾਸ਼ਾਵਾਂ ਵਿੱਚ, ਇਸ ਕਿਤਾਬ ਦੇ ਰਹੱਸਮਈ ਤੱਥ ਨੂੰ ਮਨੁੱਖੀ ਸਮਾਜ ਦੀ ਭਲਾਈ ਲਈ ਸਾਂਝਾ ਕੀਤਾ ਗਿਆ ਹੈ ਅਤੇ ਸਨਾਤਨ ਧਰਮ ਨੂੰ ਪੂਰੇ ਵਿਸ਼ਵ ਪੱਧਰ ਤੇ ਮੁੜ ਜਾਗਦੇਣ ਦੇ ਉਦੇਸ਼ ਲਈ ਕੀਤਾ ਜਾ ਰਿਹਾ ਹੈ । ਜੋ ਕਿ ਸ਼ਰਧਾਲੂਆਂ ਦੀ ਭਲਾਈ ਲਈ ਸਭ ਤੋਂ ਉੱਤਮ ਉਪਾਅ ਹੋਵੇਗਾ। ਅਸੀਂ ਆਸ ਕਰਦੇ ਹਾਂ ਕਿ ਸਾਰੇ ਸ਼ਰਧਾਲੂ ਇਸ ਰਹੱਸਮਈ ਪੁਸਤਕ ਦੇ ਭੇਦ ਨੂੰ ਪੜ੍ਹ ਕੇ ਆਪਣੇ ਪਿਛਲੇ ਜਨਮਾਂ ਦੇ ਸੰਸਕਾਰਾਂ ਨੂੰ ਚਮਕਾ ਕੇ ਸੁਨਹਿਰੀ ਯੁਗ ਵਿੱਚ ਪ੍ਰਵੇਸ਼ ਕਰ ਸਕਣਗੇ ।

ਮਨੁੱਖੀ ਸਮਾਜ ਅੱਜ ਸਾਰੇ ਸੰਸਾਰ ਵਿੱਚ ਗੁੰਮਰਾਹ ਹੋ ਗਿਆ ਹੈ। ਇਸ ਸਮੇਂ "ਭਵਿਸ਼ਯ ਮਲਿਕ ਗ੍ਰੰਥ" ਨੂੰ ਮਨੁੱਖੀ ਸਮਾਜ ਦੀ ਭਲਾਈ ਲਈ ਮਾਰਗ ਦਰਸ਼ਕ ਬਣਨਾ ਚਾਹੀਦਾ ਹੈ ਅਤੇ ਸਾਰੇ ਸੰਸਾਰ ਵਿੱਚ ਲਾਹੇਵੰਦ ਸਿੱਧ ਹੋਣਾ ਚਾਹੀਦਾ ਹੈ। ਭਗਵਾਨ ਜਗਨਨਾਥ ਸਵਾਮੀ ਜੀ ਦੇ ਚਰਨਾਂ ਵਿੱਚ ਸਾਡੀ ਇਹੀ ਪ੍ਰਾਰਥਨਾ ਹੈ। ਇਸ ਲਈ ਅਸੀਂ ਇਸ ਪੁਸਤਕ ਨੂੰ ਦੁਨੀਆਂ ਭਰ ਦੇ ਸੰਤਾਂ, ਭਗਤਾਂ ਅਤੇ ਸੱਜਣਾਂ ਨੂੰ ਸਮਰਪਿਤ ਕਰਦੇ ਹਾਂ।

ਭਵਿਸ਼ਯ ਮਲਿਕਾ ਕੀ ਹੈ ?

ਜਦੋਂ-ਜਦੋਂ ਭਗਵਾਨ ਖੁਦ ਆਪਣੀ ਇੱਛਾ ਨਾਲ ਧਰਮ ਸੰਸਥਾਪਨਾ ਲਈ ਧਰਤੀ ਤੇ ਅਵਤਾਰ (ਅਵਤੀਰਨ) ਲੈਂਦੇ ਹਨ । ਉਦੋਂ-ਉਦੋਂ ਉਹਨਾਂ ਦੇ ਆਉਣ ਤੋਂ ਪਹਿਲਾਂ ਹੀ ਉਹਨਾਂ ਦੇ ਜਨਮ ਸਥਾਨ, ਉਹਨਾਂ ਦੀਆਂ ਦਿਵਯ (ਅਲੌਕਿਕ) ਲੀਲਾਵਾਂ ਦਾ ਵਰਣਨ, ਉਹਨਾਂ ਦੇ ਭਗਤਾਂ ਦਾ ਵਰਣਨ , ਉਸ ਸਮੇਂ ਦੀ ਧਰਮ ਦੀ ਸਥਿਤੀ ਅਤੇ ਭਗਵਾਨ ਕਿਸ ਤਰ੍ਹਾਂ ਧਰਮ ਦੀ ਸੰਸਥਾਪਨਾ ਕਰਨਗੇ ਆਦਿ ਸੰਧਿਆ ਤੋਂ ਲੈ ਕੇ ਧਰਮ ਸੰਸਥਾਪਨਾ ਅਤੇ ਨਵਯੁਗ ਤੱਕ ਦਾ ਵਰਣਨ ਭਗਵਾਨ ਦੇ ਨਿਰਦੇਸ਼ ਨਾਲ ਪਹਿਲਾਂ ਹੀ ਲਿਖ ਦਿੱਤਾ ਜਾਂਦਾ ਹੈ ਤਾਂਕਿ ਮਨੁਖ ਸਮਾਜ ਧਰਮ ਅਤੇ ਧਾਰਾ, ਸਨਾਤਨ ਸੰਸਕ੍ਰਿਤੀ ਦਾ ਪਾਲਣ ਕਰਕੇ ਰਖਿਆ ਪ੍ਰਾਪਤ ਕਰ ਸਕੇ ।

ਜਿਸ ਪ੍ਰਕਾਰ ਤ੍ਰੇਤਾ ਯੁਗ ਵਿੱਚ ਭਗਵਾਨ ਸ਼੍ਰੀ ਰਾਮ ਜੀ ਦੇ ਧਰਾ ਅਵਤਰਨ (ਧਰਤੀ ਤੇ ਅਵਤਾਰ) ਤੋਂ ਪਹਿਲਾਂ ਹੀ ਮਹਾਂ ਰਿਸ਼ੀ ਬਾਲਮਿਕਿ ਜੀ ਨੇ ਜਗਤ ਪਿਤਾ ਬ੍ਰਹਮਾਂ ਜੀ ਦੇ ਨਿਰਦੇਸ਼ ਨਾਲ ਦੇਵ ਰਿਸ਼ੀ ਨਾਰਦ ਜੀ ਦੇ ਮੁਖਾਰਬਿੰਦ ਤੋਂ ਜੋ ਉਹਨਾਂ ਨੇ ਭਗਵਾਨ ਸ਼੍ਰੀ ਰਾਮ ਜੀ ਦੇ ਪਾਵਨ ਚਰਿਤ੍ਰ ਦਾ ਗੁਣਗਾਨ ਸੁਣਿਆ ਸੀ ਉਸਦਾ ਵਰਣਨ "ਰਾਮਾਇਣ ਗ੍ਰੰਥ" ਵਿੱਚ ਕੀਤਾ ।

ਦਵਾਪਰ ਯੁਗ ਵਿੱਚ ਭਗਵਾਨ ਸ਼੍ਰੀ ਕ੍ਰਿਸ਼ਨ ਜੀ ਦੇ ਧਰਾ ਅਵਤਰਨ ਤੋਂ ਪਹਿਲਾਂ , ਯੁਗ ਸੰਧਿਆ, ਧਰਮ ਦੀ ਸਥਿਤੀ ਅਤੇ ਧਰਮ ਸੰਸਥਾਪਨਾ ਦੇ ਵਿਸ਼ੇ ਬਾਰੇ ਮਹਾਂਰਿਸ਼ੀ ਵੇਦ ਵਿਆਸ ਜੀ ਨੇ ਭਗਵਾਨ ਸ਼੍ਰੀ ਗਣੇਸ਼ ਜੀ ਦੇ ਸਹਯੋਗ ਨਾਲ ਹਿਮਾਲਿਆ ਵਿੱਚ ਤਪੱਸਿਆ ਕਰਦੇ ਹੋਏ "ਮਹਾਂ-ਭਾਰਤ" ਗ੍ਰੰਥ ਦੀ ਰਚਨਾ ਕੀਤੀ ਸੀ ।

ਠੀਕ ਉਸੇ ਤਰ੍ਹਾਂ ਕੱਲਯੁਗ ਵਿੱਚ ਦੂਸਰੀ ਵਾਰ ਜਦੋਂ ਭਗਵਾਨ ਨੇ ਨਾਮ ਸੰਕੀਰਤਨ ਦੀ ਮਹਿਮਾਂ, ਅਹਿੰਸਾ ਪ੍ਰੇਮ ਅਤੇ ਭਗਤੀ ਨੂੰ ਸੰਪੂਰਨ ਵਿਸ਼ਵ ਵਿੱਚ ਪ੍ਰਚਾਰ ਕਰਨ ਲਈ ਚੈਤਨਯ ਰੂਪ ਵਿੱਚ ਅਵਤਾਰ ਗ੍ਰਹਣ ਕੀਤਾ । ਉਸੇ ਸਮੇਂ ਪੰਚਸਖਾਂ ਵਿੱਚ ਹੋਰ ਮਹਾਪੁਰਸ਼ **ਅਚਯੁਤਾਨੰਦ** ਦਾਸ ,ਮਹਾਂ ਪੁਰਸ਼ ਬਲਰਾਮ ਦਾਸ, ਮਹਾਂ ਪੁਰਸ਼ ਜਗਨਨਾਥ ਦਾਸ, ਮਹਾਂ ਪੁਰਸ਼ ਜਸਵੰਤ ਦਾਸ ਅਤੇ ਮਹਾਂ ਪੁਰਸ਼ ਸ਼ਿਸ਼ੂ ਅਨੰਤ ਦਾਸ ਨੇ ਅੱਜ ਤੋਂ 600 ਸਾਲ ਪਹਿਲਾਂ , 15ਵੀਂ ਸ਼ਤਾਬਦੀ ਵਿੱਚ ਪਵਿਤਰ ਉਤਕਲ ਭੂਮੀ (ਉਡੀਸ਼ਾ ਰਾਜ) ਵਿੱਚ ਭਗਵਾਨ ਚੈਤੰਨਯ ਮਹਾਂਪ੍ਰਭੂ ਜੀ ਦੇ ਨਿਰਦੇਸ਼ ਤੇ "ਭਵਿਸ਼ਯ

ਪੁਰਾਣ ਗ੍ਰੰਥ" ਦਾ ਸ਼ੋਧ ਕਰਦੇ ਹੋਏ "ਭਵਿਸ਼ਯ ਮਲਿਕਾ ਪੁਰਾਣ ਗ੍ਰੰਥ" ਦੀ ਰਚਨਾ ਕੀਤੀ । ਇਸ ਲੜੀ ਵਿੱਚ ਉਨ੍ਹਾਂ ਨੇ "185000" ਗ੍ਰੰਥਾਂ ਦੇ ਸਮੂਹ ਦੀ ਰਚਨਾ ਤਾੜ ਦੇ ਪੱਤਿਆਂ ਤੇ ਕੀਤੀ । ਜਿਸ ਨੂੰ ਉੜਿਆ ਭਾਸ਼ਾ ਵਿੱਚ ਲਿਖਿਆ ਗਿਆ ।

ਇਸ ਗ੍ਰੰਥ ਵਿੱਚ ਪੰਚਸਖਾਵਾਂ ਨੇ ਕੱਲਯੁਗ ਦੇ ਅੰਤ ਵਿੱਚ ਧਰਮ ਦੀ ਸਥਿਤੀ, ਭਗਵਾਨ ਸ਼੍ਰੀ ਕਲਕਿ ਜੀ ਦੇ ਧਰਾਅਵਤਰਨ, ਧਰਮ ਸੰਸਥਾਪਨਾ, ਮਨੁਸ਼ ਸਮਾਜ ਦਾ ਉਧਾਰ (ਭਲਾਈ) ਅਤੇ ਅਨੰਤ ਯੁਗ ਤੱਕ ਦੀ ਭਗਵਾਨ ਦੀਆਂ ਲੀਲਾਵਾਂ ਦਾ ਵਰਣਨ ਵਿਸਤਾਰ ਨਾਲ ਕੀਤਾ ।

ਭਵਿਸ਼ਯ ਮਲਿਕਾ ਵਿੱਚ ਲਿਖੀ ਹੋਈ ਹਰ ਇੱਕ ਗਲ ਪੱਥਰ ਦੀ ਲਕੀਰ ਹੈ ਅਤੇ ਹਮੇਸ਼ਾਂ ਸੱਚ ਸਾਬਿਤ ਹੋਈ ਹੈ। ਜਿਸ ਤਰ੍ਹਾਂ ਭਾਰਤ ਵਿੱਚ ਮੁਗਲਾਂ ਦਾ ਅਤਿਆਚਾਰ, ਅੰਗ੍ਰੇਜ਼ਾਂ ਦੀ ਗੁਲਾਮੀ, ਸਵਤੰਤਰਤਾ ਸੰਗ੍ਰਾਮ ਸੇਨਾਨਿਆਂ ਦਾ ਵਰਣਨ, ਭਾਰਤ ਦੇਸ਼ ਦਾ ਟੁੱਟ ਕੇ ਅਜਾਦ ਹੋਣਾ, ਪਾਕਿਸਤਾਨ, ਬੰਗਲਾਦੇਸ਼, ਸ਼੍ਰੀ ਲੰਕਾ, ਬਰਮਾਂ ਦੇਸ਼ਾਂ ਦਾ ਨਿਰਮਾਣ , ਪਹਿਲਾ ਵਿਸ਼ਵ ਯੁੱਧ , ਅਗਿਆਤ ਰੋਗ , ਮਹਾਮਾਰੀ ਆਉਣਾ ਆਦਿ ਇਹ ਸਾਰੀਆਂ ਘਟਨਾਵਾਂ ਘੱਟ ਚੁਕਿਆਂ ਹਨ । ਅਤੇ ਇਸ ਗ੍ਰੰਥ ਵਿੱਚ ਮੁਖ ਰੂਪ ਵਿੱਚ ਭਗਵਾਨ ਸ਼੍ਰੀ ਕਲਕਿ ਜੀ ਦੇ ਧਰਾ ਅਵਤਰਣ , ਭਗਤਾਂ ਦਾ ਇਕਤਰੀਕਰਨ (ਇਕਠ), ਸੁਧਰਮਾ ਮਹਾ-ਮਹਾ ਸੰਘ ਅਤੇ 16 ਮੰਡਲ ਦਾ ਗਠਨ, ਖੰਡ ਪ੍ਰਲਯ, ਅਗਨਿ ਪ੍ਰਲਯ,ਜਲ ਪ੍ਰਲਯ,ਭੁਚਾਲ, ਰੋਗ ਮਹਾਂਮਾਰੀ ਅਤੇ ਪਰਮਾਣੂ ਅਧਾਰਿਤ ਤੀਸਰੇ ਵਿਸ਼ਵ ਯੁਧ ਤੋਂ ਲੈਕੇ ਅਨੰਤ ਯੁੱਗ / ਆਧਯ ਸਤਯੁਗ ਦੇ ਆਗਮਨ (ਆਉਣ) ਤੱਕ ਦਾ ਸੰਪੂਰਨ ਵਰਣਨ ਕੀਤਾ ਗਿਆ ਹੈ। ਵਿਸ਼ਯ ਮਲਿਕਾ ਪੁਰਾਣ ਦੇ ਅਨੁਸਾਰ ਸੰਨ 2032 ਤੋਂ ਪਹਿਲਾਂ ਸੰਪੂਰਨ ਵਿਸ਼ਵ ਵਿੱਚ ਸਾਰੇ ਧਰਮਾਂ ਅਤੇ ਪੰਥਾਂ ਦਾ ਪੁਨਰਗਠਨ ਹੋਕੇ ਸਾਰੇ ਵਿਸ਼ਵ ਵਿੱਚ ਸਿਰਫ ਸਤਯ ਸਨਾਤਨ ਧਰਮ ਪਰਤਿਸ਼ਠਤ ਹੋਵੇਗਾ।

ਇੱਹ ਗ੍ਰੰਥ ਆਉਣ ਵਾਲੇ ਮਹਾ ਵਿਨਾਸ਼ ਤੋਂ ਰੱਖਿਆ ਪਾਉਣ ਲਈ ਸੰਪੂਰਨ ਵਿਸ਼ਵ ਵਿੱਚ ਇੱਕ ਮਾਤਰ ਚੇਤਾਵਨੀ ਅਤੇ ਇੱਕ ਮਾਤਰ ਸੰਜੀਵਨੀ ਹੈ । ਪੰਡਿਤ ਸ਼੍ਰੀ ਕਾਸ਼ੀ ਨਾਥ ਮਿਸ਼੍ਰ ਜੀ ਦੇ ਚਾਲੀ ਸਾਲਾਂ ਤੋਂ ਵੱਧ ਮਲਿਕਾ ਦੇ ਅਧਿਐਨ ਅਤੇ ਪ੍ਰਵਾਨਗੀ (ਅਨੁਮੋਦਨ) ਨਾਲ ਅੱਜ ਵਿਸ਼ਵ ਵਿੱਚ ਪਹਿਲੀ ਵਾਰ "ਭਵਿਸ਼ਯ ਮਲਿਕਾ ਪੁਰਾਣ ਗ੍ਰੰਥ" ਪਹਿਲੇ ਖੰਡ ਨੂੰ ਹਿੰਦੀ ਸਹਿਤ ਸਾਰੇ ਵਿਸ਼ਵ ਵਿੱਚ, 150 ਤੋਂ ਵੱਧ ਦੇਸ਼ਾਂ ਵਿੱਚ ਭਿੰਨ-ਭਿੰਨ ਭਾਸ਼ਾਂਵਾਂ ਵਿੱਚ ਪ੍ਰਤੀਪਾਦਨ (ਸੋਚ ਸਮਝ ਕੇ ਕਹਿਣ ਦੀ ਕਿਰਆ) ਅਤੇ ਵਿਮੋਚਨ ਕੀਤਾ ਜਾ ਰਿਹਾ ਹੈ। ਇੱਸ ਗ੍ਰੰਥ ਵਿੱਚ ਆਉਣ ਵਾਲੇ ਮਹਾਂ ਵਿਨਾਸ਼ ਅਤੇ

ਪਰਵਰਤਨ (ਬਦਲਾਅ) ਦੀਆਂ ਅਧਿਕਤਮ ਭਵਿਖਵਾਣਿਆਂ ਦਾ ਸ਼ੱਤ ਪ੍ਰਤੀਸ਼ਤ ਵਰਣਨ ਕੀਤਾ ਗਿਆ ਹੈ ਤਾਂਕਿ ਆਉਣ ਵਾਲੇ ਮਹਾਂ ਵਿਨਾਸ਼ ਤੋਂ ਪਹਿਲਾਂ ਮਨੁਖ ਸਮਾਜ ਨੂੰ ਚਤਾਵਨੀ ਮਿਲ ਸਕੇ ਅਤੇ ਮਨੁਖ ਸਮਾਜ ਸਨਾਤਨ ਆਰਿਆ ਵੈਦਿਕ ਪਰੰਪਰਾ ਦਾ ਅਨੁਪਾਲਣ ਕਰਕੇ ਇੱਸ ਮਹਾਂ ਵਿਨਾਸ਼ ਤੋਂ ਰੱਖਿਆ ਪ੍ਰਾਪਤ ਕਰ ਸਕੇ।

ਸੂਚਕਾਂਕ:-

ਅਧਿਆਇ	ਵਿਸ਼ਾ ਸੂਚੀ	ਸਫ਼ਾ ਨੰਬਰ
	ਪ੍ਰਸਤਾਵਨਾ	6
ਅਧਿਆਇ- 1	ਕਲਯੁਗ ਦੇ ਅੰਤ ਸਮੇਂ 'ਤੇ ਭਵਿਸ਼ਯ ਮਲਿਕਾ ਦੀ ਲੋੜ	9
ਅਧਿਆਇ- 2	ਭਵਿਸ਼ਯ ਮਲਿਕਾ ਗ੍ਰੰਥ ਦਾ ਰਚਨਾਕਾਰ ਕੌਣ ਹੈ ?	12
ਅਧਿਆਇ- 3	ਚਤੁਰਯੁਗ ਗਣਨਾ ਦੇ ਸਬੰਧ ਵਿੱਚ ਵਿਚਾਰ	21
ਅਧਿਆਇ- 4	ਕਿਹੜੇ-ਕਿਹੜੇ ਪਾਪ ਕਰਮਾਂ ਦੁਆਰਾ ਕਲਯੁਗ ਦਾ ਪਤਨ ਹੋਵੇਗਾ?	30
ਅਧਿਆਇ- 5	ਧਰਮ ਸੰਸਥਾਪਨਾ ਲਈ ਭਗਵਾਨ ਵਿਸ਼ਨੂੰ ਜੀ ਦੇ ਦਸ਼ ਅਵਤਾਰ	35
ਅਧਿਆਇ- 6	ਕਲਯੁਗ ਦੇ ਅੰਤ ਹੋਣ ਦੇ ਲੱਛਣ	51
ਅਧਿਆਇ- 7	ਕਲਯੁਗ ਵਿੱਚ ਪ੍ਰਮਾਤਮਾ ਦੇ ਤਿੰਨ ਅਵਤਾਰ ਹੋਣਗੇ।	61
ਅਧਿਆਇ- 8	ਮਲੇਛ ਕਿਸ ਨੂੰ ਕਿਹਾ ਜਾਂਦਾ ਹੈ ?	64
ਅਧਿਆਇ- 9	ਚਾਰਾਂ ਯੁਗਾਂ ਦੀ ਧਰਮਸੰਸਥਾਪਨਾ ਅਤੇ ਕਲਯੁੱਗ ਦੇ ਧਰਮਸੰਸਥਾਪਨਾ ਦਾ ਵਰਣਨ	67
ਅਧਿਆਇ-10	ਸ਼੍ਰੀ ਜਗਨਨਾਥ ਦੇ ਇਲਾਕੇ ਤੋਂ ਕਲਯੁਗ ਦੀ ਸਮਾਪਤੀ ਦੇ ਸਬੰਧ ਵਿੱਚ ਪ੍ਰਾਪਤ ਹੋਏ ਸੰਕੇਤ	71
ਅਧਿਆਇ-11	ਭਗਵਾਨ ਕਲਕਿ ਦੇ ਅਵਤਾਰ ਨਾਲ ਸਬੰਧਤ ਵੱਖ-ਵੱਖ ਸ਼ਾਸਤ੍ਰ ਪੁਰਾਣ ਅਤੇ ਭਵਿਸ਼ਯ ਮਲਿਕਾ ਵਿੱਚ ਵਰਣਨ	84

ਪ੍ਰਸਤਾਵਨਾ

ਯੁਗਾਂ ਦੇ ਨਾਮ ਹਨ- ਪਹਿਲਾ ਸਤੱਯੁਗ, ਦੂਜਾ ਤ੍ਰੇਤਾਯੁਗ, ਤੀਜਾ ਦਵਾਪਰਯੁਗ ਅਤੇ ਚੌਥਾ ਕਲਯੁਗ। ਇਨ੍ਹਾਂ ਚਾਰ ਯੁਗਾਂ ਤੋਂ ਬਾਅਦ ਇੱਕ ਗੁਪਤ ਯੁਗ ਵੀ ਹੈ ਜਿਸ ਨੂੰ ਅਨੰਤ ਯੁਗ ਜਾਂ ਸ਼ੁਰੂਆਤੀ ਸਤਯੁਗ ਕਿਹਾ ਜਾਂਦਾ ਹੈ ਅਤੇ ਇਹ ਸਾਬਤ ਹੋ ਗਿਆ ਹੈ। ਇਸ ਦਾ ਸਬੂਤ ਮੁੱਖ ਤੌਰ ਤੇ ਪੰਚਸਖਾ ਦੁਆਰਾ ਲਿਖੇ ਭਵਿਸ਼ਯ ਮਲਿਕਾ ਗ੍ਰੰਥ ਵਿੱਚ ਮਿਲਦਾ ਹੈ। ਜਿਸ ਨੂੰ ਲੋਕ ਅੱਜ ਵੀ ਨਹੀਂ ਜਾਣਦੇ। ਪਰ ਸੰਸਾਰ ਭਰ ਦੇ ਮਨੁੱਖੀ ਸਮਾਜ ਦੀ ਮੁਕਤੀ ਲਈ ਇਹ ਰਹੱਸਮਈ ਤੱਤ ਬੇਹੱਦ ਜ਼ਰੂਰੀ ਹਨ।

ਸ਼ਾਸਤਰਾਂ ਅਨੁਸਾਰ ਕਲਯੁਗ ਦਾ ਅੰਤ ਹੋ ਗਿਆ ਹੈ, ਪਰ ਇਸ ਦਾ ਪ੍ਰਭਾਵ ਅਜੇ ਵੀ ਪੂਰੀ ਤਰ੍ਹਾਂ ਦੁਨੀਆ ਵਿੱਚ ਫੈਲਿਆ ਹੋਇਆ ਹੈ। ਇਸ ਸਮੇਂ ਕਲਯੁਗ ਦਾ ਅੰਤਿਮ ਪੜਾਅ ਚੱਲ ਰਿਹਾ ਹੈ। ਇਸ ਲਈ ਕਲੀ ਨੇ ਸਾਰੇ ਸੰਸਾਰ ਦੇ ਮਨੁੱਖੀ ਸਮਾਜ ਨੂੰ ਪੂਰੀ ਤਰ੍ਹਾਂ ਜਕੜਿਆ ਹੋਇਆ ਹੈ। ਖਾਸ ਤੌਰ 'ਤੇ ਦੁਨੀਆ ਵਿੱਚ, ਇਹ ਦੇਖਿਆ ਜਾਂਦਾ ਹੈ ਕਿ ਭੈਣਾਂ-ਭਰਾਵਾਂ ਵਿਚਕਾਰ, ਪਤੀ-ਪਤਨੀ ਦੇ ਵਿਚਕਾਰ, ਪਰਿਵਾਰ ਅਤੇ ਪਰਿਵਾਰ ਦੇ ਵਿਚਕਾਰ, ਪਿੰਡਾਂ- ਪਿੰਡਾਂ,ਰਾਜ-ਰਾਜ ਅਤੇ ਦੇਸ਼- ਦੇਸ਼ ਦੇ ਵਿਚਕਾਰ ਕਲੀ ਨੇ ਆਪਣੇ ਪ੍ਰਭਾਵ ਹੇਠ ਸਾਰਿਆਂ ਨੂੰ ਲੈ ਲਿਆ ਹੈ। ਅੱਜ ਸਾਰਾ ਸੰਸਾਰ ਇਸ ਤੋਂ ਥੋੜ੍ਹਾ ਦੁਖੀ ਹੈ। ਬਿਮਾਰੀਆਂ ਅਤੇ ਮਹਾਂ ਮਾਰੀਆਂ ਨੇ ਪੂਰੀ ਦੁਨੀਆ ਨੂੰ ਆਪਣੀ ਝਪੇਟ ਵਿੱਚ ਲੈ ਲਿਆ ਹੈ। ਦਵਾਈਆਂ ਤੋਂ ਬਗੈਰ ਅੱਜ ਮਨੁੱਖੀ ਸਮਾਜ ਦਾ ਜਿਊਣਾ ਮੁਸ਼ਕਲ ਹੋ ਗਿਆ ਹੈ। ਅਗਲੇ 8 ਸਾਲਾਂ ਦੇ ਅੰਦਰ ਹੀ ਪੂਰੀ ਦੁਨੀਆ ਨੂੰ ਕਈ ਭਿਆਨਕ ਆਫ਼ਤਾਂ ਦਾ ਸਾਹਮਣਾ ਕਰਨਾ ਪਵੇਗਾ।

1. ਤੀਜਾ ਵਿਸ਼ਵ ਯੁੱਧ
2. ਅੰਨ ਸੰਕਟ
3. ਹਵਾ ਦੇ ਨਾਲ ਤਬਾਹੀ

4. ਹੜ੍ਹ ਦੇ ਨਾਲ ਤਬਾਹੀ

5. ਅੱਗ ਦੇ ਨਾਲ ਤਬਾਹੀ

6. ਭੁਚਾਲ

7. ਭੁਖਮਰੀ (ਦੁਰਭਿਕ੍ਸ਼)

8. ਅਣਜਾਣ ਬੀਮਾਰੀ / ਮਹਾਂਮਾਰੀ

ਅਤੇ ਸਾਲ "2025" ਵਿੱਚ, ਜਦੋਂ ਸ਼ਨੀ ਮੀਨ ਵਿੱਚ ਪ੍ਰਵੇਸ਼ ਕਰੇਗਾ, ਤਾਂ ਇਹ ਸਾਰੀਆਂ ਆਫ਼ਤਾਂ ਆਪਣਾ ਤਿੱਖਾ ਰੂਪ ਲੈ ਲੈਣਗੀਆਂ। ਆਉਣ ਵਾਲੇ ਸਮੇਂ ਵਿੱਚ ਸਾਰੇ ਵਿਗਿਆਨਕ ਯੰਤਰ, ਕੰਪਿਊਟਰ, ਸੈਟੇਲਾਈਟ ਆਦਿ ਸਥਿਰ (ਬੰਦ) ਹੋ ਜਾਣਗੇ।

ਅੱਜ ਦੇ ਸਮੇਂ ਹਰ ਕਿਸੇ ਦੇ ਮਨ ਵਿਚ ਇਹ ਸਵਾਲ ਹੈ ਕਿ ਮਨੁੱਖੀ ਸਮਾਜ ਦੀ ਰੱਖਿਆ ਕਿਵੇਂ ਹੋਵੇਗੀ ਅਤੇ ਮਨੁੱਖ ਦਾ ਭਵਿੱਖ ਕੀ ਹੋਵੇਗਾ। ਇਨ੍ਹਾਂ ਸਾਰੇ ਸਵਾਲਾਂ ਦਾ ਜਵਾਬ ਜਿਸ ਪੁਸਤਕ ਵਿੱਚ ਵਰਣਨ ਕੀਤਾ ਗਿਆ ਹੈ ਉਸ ਅਨਮੋਲ ਪੁਸਤਕ ਦਾ ਨਾਮ ਹੈ "ਭਵਿਸ਼ਯ ਮਲਿਕਾ"। ਇਹ ਭਵਿਸ਼ਯ ਮਲਿਕਾ ਗ੍ਰੰਥ ਦੀਆਂ ਸਾਰੀਆਂ ਕਿਤਾਬਾਂ 600 ਸਾਲ ਪਹਿਲਾਂ ਓੜੀਸ਼ਾ ਵਿੱਚ ਪੈਦਾ ਹੋਏ ਪੰਚਸਖਾ ਨੇ ਉੜੀਆ ਭਾਸ਼ਾ ਵਿੱਚ ਲਿਖੀਆਂ ਸਨ । ਇਸੇ ਲਈ ਅੱਜ ਤੱਕ ਇਹ ਗੁਪਤ ਗ੍ਰੰਥ ਲੋਕਾਂ ਦੇ ਸਾਹਮਣੇ ਪ੍ਰਗਟ ਨਹੀਂ ਹੋਇਆ।

ਮਹਾਪ੍ਰਭੂ ਸ਼੍ਰੀ ਜਗਨਨਾਥ ਜੀ ਦੀ ਅਪਾਰ ਕਿਰਪਾ ਨਾਲ ਸਾਡੇ ਯੂ-ਟਿਊਬ ਚੈਨਲ ਕਲਕਿ ਅਵਤਾਰ ਰਾਹੀਂ ਹਿੰਦੀ ਭਾਸ਼ਾ ਵਿੱਚ "ਭਵਿਸ਼ਯ ਮਲਿਕਾ" ਦਾ "2018" ਤੋਂ ਪ੍ਰਚਾਰ ਕੀਤਾ ਜਾ ਰਿਹਾ ਹੈ। ਅੱਜ ਦੇ ਸਮੇਂ ਮਨੁੱਖੀ ਸਮਾਜ ਦੀ ਭਲਾਈ ਲਈ ਰੱਬ ਦੀਆਂ ਹਦਾਇਤਾਂ 'ਤੇ ਭਵਿਸ਼ਯ ਮਲਿਕਾ ਗ੍ਰੰਥ ਦਾ ਅੰਗਰੇਜ਼ੀ, ਹਿੰਦੀ, ਗੁਜਰਾਤੀ ਅਤੇ ਭਾਰਤ ਦੀਆਂ ਹੋਰ ਭਾਸ਼ਾਵਾਂ ਦੇ ਨਾਲ-ਨਾਲ ਦੁਨੀਆ ਦੀਆਂ ਪ੍ਰਮੁੱਖ ਭਾਸ਼ਾਵਾਂ ਵਿੱਚ ਅਨੁਵਾਦ ਅਤੇ ਰੂਪਮਾਨ ਕੀਤਾ ਜਾ ਰਿਹਾ ਹੈ।

ਜੋ ਲੋਕ ਇਸ ਪੁਸਤਕ ਵਿੱਚ ਦੱਸੇ ਨਿਯਮਾਂ (ਨਿਤ ਨੇਮ) ਅਤੇ ਨਿਯਮਾਂ ਦੀ ਪਾਲਣਾ ਕਰਨਗੇ ਹਨ, ਉਹੀ ਕਲਯੁਗ ਤੋਂ ਸਤਯੁਗ ਵਿੱਚ ਪ੍ਰਵੇਸ਼ ਕਰ ਸਕਣਗੇ ਅਤੇ ਤਦ ਹੀ ਭਵਿਸ਼ਯ ਮਲਿਕਾ ਗ੍ਰੰਥ ਦਾ ਮਕਸਦ ਸਫਲ ਹੋ ਕੇ ਮਨੁੱਖੀ ਸਮਾਜ ਦੀ ਭਲਾਈ ਲਈ ਹੀ ਸੰਸਾਰ ਵਿੱਚ ਸਨਾਤਨ ਧਰਮ ਦਾ ਪ੍ਰਚਾਰ ਹੋਵੇਗਾ ਅਤੇ ਸ਼ਰਧਾਲੂਆਂ ਦਾ ਇਕੱਠ ਹੋਵੇਗਾ ਅਤੇ ਅੰਤ ਵਿੱਚ ਸਾਰੀ ਦੁਨੀਆਂ ਵਿੱਚ ਇੱਕ ਹੀ ਸਨਾਤਨ ਧਰਮ ਹੋਵੇਗਾ। ਅਸੀਂ ਉਕਤ ਭਵਿਸ਼ਯ ਮਲਿਕਾ ਗ੍ਰੰਥ ਨੂੰ ਸੰਸਾਰ ਦੇ ਸਾਰੇ ਸਾਧਾਂ, ਸੰਤਾਂ, ਬੁੱਧੀਮਾਨਾਂ, ਸੱਜਣਾਂ ਅਤੇ ਭਗਤਾਂ ਦੀ ਮੁਕਤੀ ਦੇ ਉਦੇਸ਼ ਲਈ ਸਮਰਪਿਤ ਕਰਦੇ ਹਾਂ।

ਅਧਿਆਇ- 1

ਕਲਯੁਗ ਦੇ ਅੰਤ ਸਮੇਂ ਵਿੱਚ ਭਾਵਿਸ਼ਯ ਮਲਿਕਾ ਦੀ ਲੋੜ

ਯੁਗ ਚੱਕਰ ਦੇ ਅਨੁਸਾਰ, ਪਹਿਲਾ ਸਤਯੁਗ, ਦੂਜਾ ਤ੍ਰੇਤਾਯੁਗ, ਤੀਜਾ ਦਵਾਪਰ ਯੁਗ ਅਤੇ ਅੰਤ ਵਿੱਚ ਕਲਯੁਗ ਦਾ ਆਗਮਨ ਹੁੰਦਾ ਹੈ। ਇਸ ਵੇਲੇ ਕਲਯੁਗ ਦੀ ਸਾਰੀ ਉਮਰ ਖ਼ਤਮ ਹੋ ਗਈ ਹੈ ਅਤੇ ਸੰਧਿ ਯੁਗ ਚੱਲ ਰਿਹਾ ਹੈ। ਕਿਸੇ ਵੀ ਯੁੱਗ ਦੇ ਅੰਤ ਦੇ ਸਮੇਂ ਅਤੇ ਨਵੇਂ ਯੁੱਗ ਦੀ ਸ਼ੁਰੂਆਤ ਨੂੰ ਯੁਗ ਸੰਧਿਆ ਜਾਂ ਸੰਗਮ ਯੁਗ ਕਿਹਾ ਜਾਂਦਾ ਹੈ। ਮਨੁਸਮ੍ਰਿਤੀ ਦੇ ਆਧਾਰ ਤੇ ਕਲਯੁਗ ਦੀ ਉਮਰ 4,32,000 ਸਾਲ ਮੰਨੀ ਜਾਂਦੀ ਹੈ। ਪਰ ਮਨੁੱਖ ਦੁਆਰਾ ਕੀਤੇ ਗਏ ਘੋਰ ਪਾਪ ਕਰਮਾਂ ਕਾਰਨ 4,27,200 ਸਾਲ ਨਸ਼ਟ ਹੋ ਜਾਣਗੇ ਅਤੇ ਸਿਰਫ 4,800 ਸਾਲ ਹੀ ਕਲਯੁਗ ਦੀ ਉਮਰ ਹੋਵੇਗੀ। ਮਨੁਸਮ੍ਰਿਤੀ ਦੇ ਅਨੁਸਾਰ, ਹੇਠ ਲਿਖੇ ਸ਼ਲੋਕ ਇਸ ਦਾ ਸਬੂਤ ਦਿੰਦੇ ਹਨ -

"ਚਤ੍ਰਵਾਯਰਜਾਹੁ ਸਹਸ੍ਰਾਣਿ ਤਤ੍ਕਰਿਤ੍ਮ ਯੁਗਮ ॥
ਤਸਯ ਤਾਬਛਛਤੀ ਸੰਧਿਯਾ ਸੰਦਿਯਾਸ਼ਾਸ਼ਚ ਤਥਾਬਿਧਾ "॥

ਵਿਆਖਿਆ :- ਚਾਰ ਹਜ਼ਾਰ ਸਾਲ ਬਾਅਦ ਸਤਜੁਗ ਆਉਂਦਾ ਹੈ। ਉਸ ਚਾਰ ਹਜ਼ਾਰ ਸਾਲਾਂ ਅਤੇ ਇਸ ਦੀ ਸ਼ੁਰੂ ਯੁਗ ਸੰਧਿਆ ਅਤੇ ਸ਼ਾਮ ਯੁਗ ਸੰਧਿਆ ਦਾ ਸਮਾਂ ਬਰਾਬਰ 400 ਸਾਲ ਹੈ।

ਉਹ ਹੈ- ਕਲਯੁਗ ਦੀ ਉਮਰ = 4000 ਸਾਲ
ਸ਼ੁਰੂ ਅਤੇ ਅੰਤ ਵਿੱਚ ਦੋ ਯੁਗ ਸੰਧਿਆ = 400X2 = 800 ਸਾਲ

ਕੁੱਲ ਮਿਲਾ ਕੇ 4800 ਸਾਲ ਦੀ ਕਲਯੁਗ ਭੋਗ ਦਸ਼ਾ ਹੋਵੇਗੀ।

ਪੰਚਸਖਾ ਵਿੱਚੋਂ, ਭਗਵਾਨ ਵਿਸ਼ਨੂੰ ਦੇ ਵਿਲੱਖਣ ਦੋਸਤ, ਸੁਦਾਮਾ ਜੀ (ਬ੍ਰਹਮ ਗੋਪਾਲ ਮਹਾਪੁਰਖ ਅਚਯੁਤਾਨੰਦ ਦਾਸ ਜੀ ਮਹਾਰਾਜ) ਨੇ ਮਹਾਪ੍ਰਭੂ ਨਿਰਾਕਾਰ ਜੀ ਦੇ ਨਿਰਦੇਸ਼ਾਂ ਨਾਲ ਮਨੁਸਮ੍ਰਿਤੀ ਵਿੱਚ ਕਲਯੁਗ ਦੀ ਉਮਰ ਜਾਂ ਭੋਗ ਸਮੇਂ ਦਾ ਜ਼ਿਕਰ 4,800 ਸਾਲ ਤੋਂ ਲੈ ਕੇ ਭਾਵਿਸ਼ਯ ਮਲਿਕਾ ਵਿੱਚ 5,000 ਸਾਲ ਤੱਕ ਕੀਤਾ ਗਿਆ ਹੈ।

"ਚਾਰਿ ਲਕਸ਼ ਜੇ ਬਤਿਸ਼ ਸਹਸਤ੍ਰ,
ਕਲਯੁਗ ਰ ਅਟਇ ਆਯੁਸ਼।
ਪਾਪ ਭਾਰਾ ਰੇ ਕਲਿ ਤੁਟਿ ਜਿਬ ,
ਪੰਜ ਸਸਤ੍ਰ ਕਲਿ ਭੋਗ ਹੋਇਬ । "

ਉਪਰ ਲਿਖੀਆਂ ਸਤਰਾਂ ਵਿੱਚ ਅਚਯੁਤਾਨੰਦ ਦਾਸ ਜੀ ਮਹਾਰਾਜ ਕਹਿੰਦੇ ਹਨ ਕਿ ਕਲਯੁਗ ਦੀ ਉਮਰ 4,32,000 ਸਾਲ ਹੈ। ਪਰ ਮਨੁੱਖ ਵੱਲੋਂ ਕੀਤੇ ਪਾਪ ਕਰਮਾਂ ਕਾਰਨ ਇਸ ਦੀ ਉਮਰ ਨਾਸ਼ ਹੋ ਜਾਵੇਗੀ ਅਤੇ ਕੇਵਲ 5000 ਸਾਲ ਹੀ ਭੋਗਿਆ ਜਾਵੇਗਾ। ਅਜ ਦੇ ਸਮੇਂ ਮਾਂ ਬਿਰਜਾ ਪੰਜਿਕਾ, ਜਗਨਨਾਥ ਪੰਜਿਕਾ, ਕੋਹਿਨੂਰ ਪੰਜਿਕਾ ਆਦਿ ਅਨੁਸਾਰ ਕਲਯੁਗ ਦੀ ਉਮਰ ਸ਼ੁਰੂ ਤੋਂ ਲੈ ਕੇ ਅੱਜ ਤੱਕ 5125 ਸਾਲ ਹੈ। ਇਸਦਾ ਮਤਲਬ ਇਹ ਹੈ ਕਿ ਕਲਯੁਗ ਪੂਰੀ ਤਰ੍ਹਾਂ ਖਤਮ ਹੋ ਗਿਆ ਹੈ ਅਤੇ ਅਸੀਂ ਯੁਗ ਸੰਧਿਆ ਜਾਂ ਸੰਗਮ ਯੁਗ ਵਿੱਚ ਦਾਖਲ ਹੋ ਗਏ ਹਾਂ। ਇਸ ਲਈ ਅਜੋਕੇ ਸਮੇਂ ਵਿਚ ਮਨੁੱਖੀ ਸਮਾਜ ਦੀ ਭਲਾਈ ਲਈ ਭਾਵਿਸ਼ਯ ਮਲਿਕਾ ਦੀ ਵੱਡੀ ਲੋੜ ਹੈ। ਇੱਕ ਵਾਰ ਫਿਰ, ਉਹ ਮਹਾਨ ਆਦਮੀ ਅਚਯੁਤਾਨੰਦ ਦਾਸ ਜੀ ਭਾਵਿਸ਼ਯ ਮਲਿਕਾ ਵਿੱਚ ਕਹਿੰਦੇ ਹਨ ਕਿ -

"ਸੰਸਾਰ ਮੱਧਯਰੇ ਕੇਮੰਤ ਜਾਣਿਬੇ ਨਰ ਅੰਗੇ ਦੇਹ ਬਹਿ
ਗਤ ਆਗਤ ਜੇ ਯੁਗ ਰ ਵਯਵਸਥਾ ਸਮਸਤੰਕੁ ਜਣਾ ਨਾਹੀ॥
(ਸ਼ਿਵ ਕਲਪ ਨਵਖੰਡ ਨੀਰਘੰਟ)

ਮਹਾਂਪੁਰਖ ਅਚਯੁਤਾਨੰਦ ਦਾਸ ਜੀ ਮਹਾਰਾਜ ਨੇ "ਮਲਿਕਾ ਗ੍ਰੰਥ" ਸ਼ਿਵ ਕਲਪ ਨਵਖੰਡ ਵਿੱਚ ਵਰਣਨ ਕੀਤਾ ਹੈ ਕਿ- ਮਨੁੱਖ ਨੂੰ ਯੁੱਗ ਦੇ ਪਰਿਵਰਤਨ ਜਾਂ ਇਸ ਦੇ ਆਰੰਭ **ਵਿੱਚ**

ਆਉਣ ਵਾਲੀ ਤਬਾਹੀ ਨਾਲ ਜੁੜੀਆਂ ਗੱਲਾਂ ਦਾ ਪਤਾ ਨਹੀਂ ਲੱਗ ਸਕੇਗਾ। ਸਿਆਣੇ ਸੱਜਣ ਵੀ ਗੁੰਮਰਾਹ ਹੋ ਜਾਣਗੇ ਅਤੇ ਉਹ ਉਲਝਣ ਵਿੱਚ ਪੈ ਜਾਣਗੇ ਅਤੇ ਅਧਿਆਤਮਿਕ ਵਾਤਾਵਰਣ ਵਿੱਚ ਵੀ ਉੱਚੀ ਆਵਾਜ਼ ਵਿੱਚ ਕਹਿਣਗੇ ਕਿ ਕਲਯੁਗ ਅਜੇ ਵੀ ਬਚਪਨ ਵਿੱਚ ਹੈ।

"ਉਦਜਤਿ: ਯਦਿ ਭਾਨੁ ਪਸ਼ਚਿਮ ਦਿਗ ਬਿਭਗਿ,

ਬਿਕਸ਼ਤਿ ਯਦਿ ਪਦ੍ਮ ਪਰਵਤਾਨਾਂ ਸ਼ਿਖਾਗ੍ਰੇ।

ਪ੍ਰਚਲਤਿ ਯਦਿ **ਮੇਰੂ ਸ਼ਿਤੋ ਤਾਪਤਿ ਬਨਹਿ, ॥**

ਟੌਲਤਿ ਖਡੂ ਬਾਕਯ ਸਜਜਨਾਨਾਂ ਕਦਾਚਿੱਤ। "

ਵਿਆਖਿਆ :- ਆਉਣ ਵਾਲੇ ਸਮੇਂ ਵਿੱਚ ਸੂਰਜ ਦੇਵਤਾ ਪੱਛਮ ਵਿੱਚ ਉੱਘ ਸਕਦਾ ਹੈ, ਪਹਾੜ ਦੀ ਚੋਟੀ ਵਿੱਚ ਕਮਲ ਖਿੜ ਸਕਦਾ ਹੈ, ਮੇਰੂ ਪਹਾੜ ਦੱਖਣ ਤੋਂ ਉੱਤਰ ਵੱਲ ਜਾ ਸਕਦਾ ਹੈ, ਅੱਗ ਠੰਢਕ ਪ੍ਰਦਾਨ ਕਰ ਸਕਦੀ ਹੈ ਜਾਂ ਬਰਫ ਵੀ ਗਰਮੀ ਦੇ ਸਕਦੀ ਹੈ, ਪਰ ਮਲਿਕਾ ਗ੍ਰੰਥ ਵਿੱਚ ਵਰਣਿਤ ਮਹਾਂਪੁਰਖ ਅਚਯੁਤਾਨੰਦ ਦਾਸ ਜੀ ਦੀ ਬਾਣੀ ਜਾਂ ਕਿਸੇ ਸੰਤ ਸੱਜਣ ਦੀ ਬਾਣੀ ਨੂੰ ਨਹੀਂ ਬਦਲਿਆ ਜਾ ਸਕਦਾ।

ਅਧਿਆਇ - 2

ਭਵਿਸ਼ਯ ਮਲਿਕਾ ਗ੍ਰੰਥ ਦਾ ਰਚਨਾਕਾਰ ਕੌਣ ਹੈ ?

ਇਨ੍ਹਾਂ ਚਾਰ ਯੁਗਾਂ ਸਤ, ਤ੍ਰੇਤਾ, ਦ੍ਵਾਪਰ ਅਤੇ ਕਲਯੁਗ ਵਿੱਚ ਇਸ ਧਰਤੀ ਤੇ ਪਰਮਾਤਮਾ ਦੇ ਪੰਚਸਖਾ ਪੈਦਾ ਹੁੰਦੇ ਹਨ। ਯੁਗ ਦੇ ਅੰਤ ਵਿੱਚ, ਪੰਚਸਖਾ ਭਗਵਾਨ ਵਿਸ਼ਨੂੰ ਦੇ ਧਰਮ ਦੀ ਸਥਾਪਨਾ ਦੇ ਕੰਮ ਵਿੱਚ ਆਪਣਾ ਸਮਰਥਨ ਪ੍ਰਦਾਨ ਕਰਦਾ ਹੈ। ਆਪਣੀਆਂ ਰਸਮਾਂ ਪੂਰੀਆਂ ਕਰਨ ਤੋਂ ਬਾਅਦ, ਭਗਵਾਨ ਵਿਸ਼ਨੂੰ ਗੋਲੋਕ ਧਾਮ ਜਾਂ ਵੈਕੁੰਠ ਵਾਪਸ ਆ ਜਾਂਦੇ ਹਨ। ਪੰਚਸਖਾ ਦਾ ਜਨਮ ਪਰਮਾਤਮਾ ਦੇ ਅੰਗ ਤੋਂ ਹੁੰਦਾ ਹੈ। ਹਰ ਯੁੱਗ ਵਿੱਚ ਇਹ ਪੰਚਸਖਾ ਵੱਖ-ਵੱਖ ਰੂਪਾਂ ਵਿੱਚ ਧਰਤੀ ਉੱਤੇ ਪੈਦਾ ਹੁੰਦੇ ਹਨ।

ਭਵਿਸ਼ਯ ਮਲਿਕ ਗ੍ਰੰਥ ਅਤੇ ਪੁਰਾਣਾਂ ਵਿੱਚ ਪ੍ਰਮਾਣ ਮਿਲਦੇ ਹਨ ਕਿ ਸਤਯੁਗ ਵਿੱਚ ਪੰਚਸਖਾ ਦੇ ਨਾਮ ਸਨ – ਨਾਰਦ, ਮਾਰਕੰਡ, ਗਾਰਗਵ, ਸਵੈਮਭੂ ਅਤੇ ਕ੍ਰਿਪਾਜਲ। ਸਤਯੁਗ ਦੇ ਅੰਤ ਵਿੱਚ, ਆਪਣਾ ਕੰਮ ਖਤਮ ਕਰਨ ਤੋਂ ਬਾਅਦ, ਪੰਚਸਖਾ ਵੈਕੁੰਠ ਨੂੰ ਪਰਤ ਆਏ ਸਨ ।

ਫਿਰ ਤ੍ਰੇਤਾ ਯੁਗ ਦੇ ਅੰਤ ਵਿੱਚ, ਭਗਵਾਨ ਸ਼੍ਰੀ ਰਾਮਚੰਦਰ ਦੇ ਧਰਮ ਦੀ ਸਥਾਪਨਾ ਸਮੇਂ, ਇਨ੍ਹਾਂ ਪੰਚਸਖਾ ਨੇ ਮੁੜ ਜਨਮ ਲਿਆ। ਉਸ ਸਮੇਂ ਉਨ੍ਹਾਂ ਦੇ ਨਾਂ ਨਲ, ਨੀਲ, ਜਾਮਵੰਤ, ਸੁਸ਼ੇਣ ਅਤੇ ਹਨੂੰਮਾਨ ਸਨ। ਭਾਵੇਂ ਹਨੂਮਾਨ ਜੀ ਦਾ ਜਨਮ ਰੁਦਰ ਅਵਤਾਰ ਦੇ ਰੂਪ ਵਿੱਚ ਹੋਇਆ ਸੀ, ਪਰ ਉਨ੍ਹਾਂ ਨੇ ਪੰਜਾਂ ਸਖਾ ਵਿੱਚੋਂ ਇੱਕ ਬਣ ਕੇ ਸ਼੍ਰੀ ਰਾਮਚੰਦਰ ਜੀ ਦੇ ਧਰਮ ਸਥਾਪਨਾ ਕਾਰਜ ਵਿੱਚ ਪ੍ਰਭੂ ਜੀ ਦੀ ਮਦਦ ਕੀਤੀ। ਇਸੇ ਤਰ੍ਹਾਂ ਤ੍ਰੇਤਯੁਗ ਵਿੱਚ ਵੀ ਆਪਣਾ ਕੰਮ ਮੁਕਾ ਕੇ ਇਹ ਪੰਚਸਖਾ ਗੋਲੋਕ ਵੈਕੁੰਠ ਵਿੱਚ ਪਰਤ ਆਏ।

ਦ੍ਵਾਪਰ ਯੁਗ ਵਿੱਚ ਪੰਚਸਖਾ ਨੇ ਫਿਰ ਜਨਮ ਲਿਆ ਅਤੇ ਕ੍ਰਿਸ਼ਨ ਜੀ ਦੇ ਆਗਮਨ ਅਤੇ ਧਰਮ ਦੀ ਸਥਾਪਨਾ ਦੇ ਕਾਰਜ ਵਿੱਚ ਆਪਣਾ ਵਡਮੁੱਲਾ ਯੋਗਦਾਨ ਪਾਇਆ। ਦ੍ਵਾਪਰ ਯੁਗ ਵਿੱਚ ਉਨ੍ਹਾਂ ਪੰਚਸਖਾ ਦੇ ਨਾਮ ਸਨ: ਦਾਮ, ਸੁਦਾਮਾ, ਸੁਬਲ, ਸੁਬਾਹੂ ਅਤੇ ਸ੍ਰੀਬਛ।

ਫਿਰ ਕਲਯੁਗ ਆ ਗਿਆ ਅਤੇ ਕਲਯੁਗ ਦੇ ਖਤਮ ਹੋਣ ਤੋਂ ਲਗਭਗ 500 ਸਾਲ ਪਹਿਲਾਂ, ਪ੍ਰਮਾਤਮਾ ਦੇ ਪੰਚਸਖਾ ਨੇ ਨਵਾਂ ਜਨਮ ਲਿਆ। ਕਲਯੁਗ ਵਿੱਚ ਪੰਚਸਖਾ ਦੇ ਨਾਮ ਅਚਯੁਤਾਨੰਦ ਦਾਸ, ਅਨੰਤ ਦਾਸ, ਯਸ਼ੋਵੰਤ ਦਾਸ, ਜਗਨਨਾਥ ਦਾਸ ਅਤੇ ਬਲਰਾਮ ਦਾਸ ਸਨ । ਇਸ ਕਲਯੁਗ ਵਿੱਚ ਨਿਰਾਕਾਰ ਬ੍ਰਹਮ ਸ਼੍ਰੀ ਜਗਨਨਾਥ ਜੀ ਦੇ ਹੁਕਮ ਤੇ ਆਪ ਪੰਚਸਖਾ ਧਰਤੀ ਤੇ ਉਤਰੇ ਅਤੇ ਉਨ੍ਹਾਂ ਦੇ ਹੁਕਮ ਨਾਲ ਦਿਵਯ (ਬ੍ਰਹਮ) ਭਵਿਸ਼ਯ ਮਲਿਕਾ ਗ੍ਰੰਥ ਦੀ ਰਚਨਾ ਕੀਤੀ।

ਪ੍ਰਮਾਤਮਾ ਕਹਿੰਦੇ ਹਨ, "ਇਸ ਧਰਤੀ 'ਤੇ, ਜਦੋਂ-ਜਦੋਂ ਪਾਪਾਂ ਦਾ ਬੋਝ ਵਧਦਾ ਹੈ, ਤਾਂ ਧਰਮ ਦਾ ਹਾਨਿ ਹੁੰਦੀ ਹੈ, ਅਤੇ ਜਦੋਂ ਸਾਰੇ ਲੋਕਾਂ ਦੇ ਮਨ ਦਿਆ,ਖਿਮਾ, ਸਨੇਹ, ਪਿਆਰ ਆਦਿ ਦੀ ਥਾਂ ਹਿੰਸਾ, ਵੈਰ , ਕ੍ਰੋਧ, ਕਾਮ, ਈਰਖਾ ਆਦਿ ਨਾਲ ਭਰ ਜਾਂਦੇ ਹਨ, ਤਾਂ ਫਿਰ ਕਲਯੁਗ ਦੇ ਅੰਤ ਵਿੱਚ ਚਾਰਾਂ ਯੁਗਾਂ ਦੇ ਭਗਤਾਂ ਦੇ ਦੁੱਖ ਦੂਰ ਕਰਨ ਅਤੇ ਧਰਤੀ ਉੱਤੇ ਸੱਚ, ਸ਼ਾਂਤੀ, ਦਿਆ, ਖਿਮਾ ਅਤੇ ਪਿਆਰ ਦੀ ਸਥਾਪਨਾ ਕਰਨ ਧਰਤੀ ਮਾਤਾ ਦਾ ਬੋਝ ਘਟਾਉਣ, ਦੁਸ਼ਟਾਂ ਦਾ ਨਾਸ਼ ਕਰਨ ਲਈ, ਸੰਤਾਂ ਦੀ ਰੱਖਿਆ ਕਰਨ ਲਈ, ਮੈਂ ਇਸ ਧਰਤੀ 'ਤੇ ਕਲਕਿ ਦੇ ਰੂਪ ਵਿੱਚ ਅਵਤਾਰ ਧਾਰਾਂਗਾ। ਮੇਰੇ ਆਉਣ ਤੋਂ ਪਹਿਲਾਂ ਹੀ ਤੁਸੀਂ (ਪੰਚਸਖਾ) ਚਾਰਾਂ ਯੁਗਾਂ ਦੇ ਭਗਤਾਂ ਨੂੰ ਬਚਾਉਣ ਲਈ ਭਵਿਸ਼ਯ ਮਲਿਕਾ ਗ੍ਰੰਥ ਦੀ ਰਚਨਾ ਕਰ ਕੇ ਧਰਮ ਨੂੰ ਮੁੜ ਸਥਾਪਤ ਕਰੋ ਅਤੇ ਭਗਤਾਂ ਨੂੰ ਇਕੱਠਾ ਕਰਕੇ ਭ੍ਰਿਸ਼ਟਾਚਾਰ ਦੇ ਰਾਹ ਤੋਂ ਸੱਚ ਦੇ ਮਾਰਗ ਤੇ ਲੈ ਕੇ ਆਓ। ਇਸ ਲਈ ਅਚਯੁਤਾਨੰਦ ਦਾਸ ਜੀ ਲਿਖਦੇ ਹਨ ਕਿ -

"ਹੇਤੁ ਰਸਾਇਬਾ ਪਾਇ ਕਿ ਅਚਯੁਤ ਸਾਹਾਸਤ੍ਰ ਪੁਰਾਣ ਕਲੇ।

ਕਲਿ ਕਾਲ ਠਾਰੂ ਬਲਿ ਕਾਲ ਜਾਇੰ ਹੱਕ ਕਥਾ ਟਾ ਲੇ ਖਿਲੇ॥

ਵਿਆਖਿਆ :-

ਭਗਤਾਂ ਦੀ ਸੁੱਤੀ ਹੋਈ ਚੇਤਨਾ ਨੂੰ ਜਗਾਉਣ ਲਈ ਮਹਾਂਪੁਰਖ ਨੇ ਕਲਿਯੁਗ ਤੋਂ ਸੰਗਮ ਯੁਗ ਤੱਕ ਅਤੇ ਸੰਗਮ ਯੁਗ ਤੋਂ ਸਤਯੁਗ ਤੱਕ ਵਾਪਰ ਰਹੀਆਂ ਸਾਰੀਆਂ ਗੱਲਾਂ ਦੀ ਸਚਾਈ ਦਾ ਭਵਿਸ਼ਯ ਮਲਿਕਾ ਗ੍ਰੰਥ ਦੇ ਰੂਪ ਵਿੱਚ ਜ਼ਿਕਰ ਕੀਤਾ ਹੈ। ਇਸ ਨੂੰ ਪੜ੍ਹ ਕੇ ਕਲਯੁਗ ਦੇ ਭਗਤਾਂ ਦੀ ਚੇਤਨਾ ਜਾਗੇਗੀ ਅਤੇ ਉਹ ਪ੍ਰਮਾਤਮਾ ਦੀ ਸ਼ਰਨ ਵਿਚ ਜਾਣਗੇ।

ਮਹਾਪ੍ਰਭੂ ਅਨਾਦਿ ਆਦਿਕੰਦ ਸ਼੍ਰੀਹਰੀ, ਜਗਤ ਦੇ ਨਾਥ ਜਗਨਨਾਥ ਜੀ ਨੇ ਮਹਾਪੁਰਖ ਅਚਯੁਤਾਨੰਦ ਦਾਸ ਜੀ ਨੂੰ ਕਮਲ ਦੇ ਫੁੱਲਾਂ ਦੀ ਮਾਲਾ ਦਿੱਤੀ ਅਤੇ ਹਦਾਇਤ ਕੀਤੀ ਕਿ ਤੁਹਾਡੀ ਸਾਧਨਾ ਪੀਠ ਉਸੇ ਥਾਂ ਤੇ ਹੋਵੇਗੀ ਜਿੱਥੇ ਇਸ ਮਾਲਾ ਦੇ ਸਾਰੇ ਫੁੱਲ ਟੁੱਟ ਕੇ ਬਿਖਰ ਜਾਣਗੇ ਹੋਣਗੇ। ਭਗਵਾਨ ਜਗਨਨਾਥ ਦੇ ਨਿਰਦੇਸ਼ਾਂ ਤੇ ਜਦੋਂ ਇਹ ਸ਼੍ਰੀਖੇਤਰ ਤੋਂ ਨਿਕਲ ਕੇ ਚਲਦੇ-ਚਲਦੇ ਓਡੀਸ਼ਾ ਦੇ ਕੇਂਦਰ ਪਾੜਾ ਜ਼ਿਲੇ ਦੇ ਨੇਮਾਲ ਇਲਾਕੇ ਚ ਚਿਤਰੋਤਪਲਾ ਨਦੀ ਦੇ ਕੰਢੇ ਇਕ ਪਵਿੱਤਰ ਸਥਾਨ ਤੇ ਪਹੁੰਚੇ ਤਾਂ ਮਾਲਾ ਦਾ ਆਖਰੀ ਫੁੱਲ ਟੁੱਟ ਗਿਆ ਅਤੇ ਮਾਲਾ ਫੁੱਲ-ਰਹਿਤ ਹੋ ਗਈ। ਇਸੇ ਸਥਾਨ 'ਤੇ ਸ਼ਾਸਤਰਾਂ ਅਨੁਸਾਰ ਸਤਯੁਗ ਵਿੱਚ ਸਮੁੰਦਰ ਮੰਥਨ ਦੁਆਰਾ ਪ੍ਰਗਟ ਪਦਮ ਫੁੱਲ ਡਿੱਗਿਆ ਸੀ , ਇਸ ਲਈ ਉਸ ਸਥਾਨ ਨੂੰ " ਪਦਮ ਵੱਨ " ਵੀ ਕਿਹਾ ਜਾਂਦਾ ਹੈ। ਮਹਾਂਪੁਰਖ ਅਚਯੁਤਾਨੰਦ ਦਾਸ ਜੀ ਨੇ ਉਸ ਸਥਾਨ ਤੇ ਆਪਣੀ ਅਧਿਆਤਮਕ

ਸਾਧਨਾ **ਸ਼ੁਰੂ ਕੀਤਾ**। ਇਸੇ ਸਥਾਨ ਤੇ ਉਨ੍ਹਾਂ ਨੇ ਧਿਆਨ ਮਗਨ ਹੋ ਕੇ ਸੱਤ , ਤ੍ਰੇਤਾ , ਦਵਾਪਰ ਅਤੇ ਕਲਯੁਗ ਚਾਰੇ ਯੁਗਾਂ ਦੇ ਭਗਤਾਂ ਦੇ ਭਲੇ ਲਈ ਲੱਖਾਂ ਸ਼ਾਸਤ੍ਰਾਂ ਅਤੇ ਪੁਰਾਂਣਾ ਦੀ ਰਚਨਾ ਕੀਤੀ । **ਅਚਯੁਤਾਨੰਦ ਜੀ ਨੇ ਪ੍ਰਭੂ ਦੇ ਕਮਲ ਚਰਨਾਂ ਵਿੱਚ ਸਿਮਰਨ ਕਰਦੇ ਹੋਏ, ਉਸੇ ਸਿੱਧ ਸਥਾਨ ਬਾਰੇ ਲਿਖਿਆ ਹੈ:**

"ਸ਼੍ਰੀ ਅਚਯੁਤਦਾਸ **ਨੇਮਾਲੇ ਨਿਵਾਸ ਪਦਮ** ਬਨੇ ਤਾਂਕ ਸਥਿਤਿ
ਪ੍ਰਭੂ ਅੰਕ ਆਗਿਆ ਰੂ **ਅਨੁਭਵ ਕਰਿ** ਲਕਸ਼ੇ ਗਰੰਥ ਲੇਖੀਛੰਤਿ।
ਛੱਤਿਸ ਸੰਹਿਤਾ ਬਾਸਤਰਿ **ਗੀਤਾ** ਵੰਸ਼ਾਨੁ **ਸਪਤ ਬਿਨਸ ਰੇ,**
ਉਪਵੰਸ਼ਾਨੁ **ਦ੍ਵਾਦਸ ਖੰਡ ਬੇਨੀ ਭਵਿਸ਼ਯ ਸਪਤ ਖੰਡ ਰੇ** "

ਵਿਆਖਿਆ :-

ਮਹਾਂਪੁਰਖ ਅਚਯੁਤਾਨੰਦ ਜੀ ਨੇ ਉਸੇ ਪਵਿੱਤਰ ਸਥਾਨ ਤੇ **ਸਿਮਰਨ ਕਰਕੇ ਇੱਕ ਲੱਖ ਤੋਂ ਵੱਧ ਗ੍ਰੰਥਾਂ ਦੀ ਰਚਨਾ ਕੀਤੀ ਹੈ। ਇਨ੍ਹਾਂ ਵਿਚੋਂ 36 ਸੰਹਿਤਾ, 72 ਗੀਤਾ, 27** ਵੰਸ਼ ਚਰਿਤ੍ਰ , **24 ਉਪ-**ਵੰਸ਼ **ਅਤੇ 100 ਮਲਿਕਾ ਗ੍ਰੰਥਾਂ ਦੀ ਰਚਨਾ ਕੀਤੀ ਗਈ ਹੈ। ਇਨ੍ਹਾਂ ਤੋਂ ਇਲਾਵਾ ਬਾਕੀ ਚਾਰ ਪੰਚਸਖਾ, ਅਨੰਤਦਾਸ ਜੀ ਮਹਾਰਾਜ, ਯਸ਼ੋਬੰਤਦਾਸ ਜੀ ਮਹਾਰਾਜ, ਜਗਨਨਾਥਦਾਸ ਜੀ ਮਹਾਰਾਜ ਅਤੇ ਬਲਰਾਮਦਾਸ ਜੀ ਮਹਾਰਾਜ ਨੇ ਵੀ ਕਈ** ਸਾਰੇ **ਮਲਿਕਾ ਗ੍ਰੰਥਾਂ ਦੀ ਰਚਨਾ ਕੀਤੀ। ਇਤਨੇ ਗ੍ਰੰਥਾਂ ਦੀ ਰਚਨਾ ਕਰਨ ਤੋਂ ਬਾਅਦ ਵੀ ਪੰਚਸਖਾ ਲਿਖਦੇ ਹਨ ਕਿ ਅਸੀਂ ਕੁੱਝ ਨਹੀਂ ਲਿਖਿਆ, ਸਭ ਕੁਝ ਮਹਾਂਪ੍ਰਭੂ ਦੇ ਹੁਕਮ ਨਾਲ ਹੀ ਜਗਤ ਦੇ ਮਨੁੱਖਾਂ ਦੀ ਭਲਾਈ ਲਈ** ਹੀ **ਮਲਿਕਾ ਗ੍ਰੰਥਾਂ ਦੀ ਰਚਨਾ ਕੀਤੀ ਹੈ। ਮਹਾਂਪੁਰਖਾਂ ਦਾ ਕਥਨ ਹੈ ਕਿ ਇਸ ਅਨੰਤ ਯੁਗ ਵਿੱਚ ਚਾਰਾਂ ਯੁਗਾਂ ਦੇ ਭਗਤ ਸਤਿਯੁਗ ਵਿੱਚ ਤਪੀ, ਤ੍ਰੇਤਾ ਯੁਗ ਵਿੱਚ ਕਪੀ, ਦੁਆਪਰ ਯੁਗ ਵਿੱਚ ਗੋਪੀ ਅਤੇ ਕਲਯੁਗ ਵਿੱਚ ਭਗਤ ਦੇ ਰੂਪ ਵਿੱਚ ਧਰਤੀ 'ਤੇ ਵਾਪਸ ਆਏ ਹਨ। ਉਨ੍ਹਾਂ ਦੀ ਸੁੱਤੀ ਹੋਈ ਚੇਤਨਾ ਨੂੰ ਜਗਾਉਣ ਅਤੇ ਇਸ** ਪ੍ਰਭੁ ਦੇ ਧਰਮ ਸਥਾਪਨਾ ਲੀਲਾ ਵਿੱਚ ਸ਼ਾਮਲ ਹੋਣ ਅਤੇ **ਹੁਣ ਗੋਲੋਕ (ਵੈਕੁੰਠ) ਦੇ ਸੰਪੂਰਨ ਸੰਸਕਾਰਾਂ ਨੂੰ ਜਗਾਉਣ ਦਾ ਸਮਾਂ ਆ ਗਿਆ**

ਹੈ, ਇਸ ਲਈ ਮਹਾਂਪੁਰਖਾਂ ਨੇ ਭਵਿਸ਼ਯ ਮਲਿਕਾ ਗ੍ਰੰਥ ਦੀ ਰਚਨਾ ਪੰਚਸਖਾ ਨੇ ਕੀਤੀ ਹੈ। ਭਗਤ ਜਗਤ ਦੇ ਕਿਸੇ ਵੀ ਕੋਨੇ 'ਚ ਰਹਿੰਦੇ ਹੋਣ, ਮਲਿਕਾ ਨੂੰ ਸੁਣਨ ਤੇ ਪੜ੍ਹਨ ਤੋਂ ਬਾਅਦ ਹੀ ਉਨ੍ਹਾਂ ਦੀ ਪੁਰਾਣੀ ਚੇਤਨਤਾ ਜਾਗ੍ਰਿਤ ਹੋਵੇਗੀ ਤੇ ਪ੍ਰਭੂ ਦੇ ਆਉਣ ਬਾਰੇ ਉਨ੍ਹਾਂ ਨੂੰ ਪਤਾ ਲੱਗ ਜਾਵੇਗਾ। ਉਹ ਸਾਰੇ ਪ੍ਰਭੂ ਦੀ ਸ਼ਰਨ ਵਿਚ ਆ ਜਾਣਗੇ। ਚਾਰ ਯੁੱਗਾਂ ਦੇ ਭਗਤ ਭਗਵਾਨ (ਮਹਾਪ੍ਰਭੂ) ਦੇ ਚਰਨਾਂ ਵਿੱਚ ਸ਼ਰਨ ਲੈਣਗੇ ਅਤੇ ਅਨੰਤ ਯੁਗ ਵਿੱਚ ਧਰਮ ਦੀ ਸਥਾਪਨਾ ਦੇ ਕੰਮ ਵਿੱਚ ਯੋਗਦਾਨ ਪਾਉਣਗੇ। ਮਹਾਪ੍ਰਭੂ ਜੀ ਬਾਰੇ ਜਾਣ ਕੇ ਭਗਤ ਜਨ ਪ੍ਰਭੂ ਵੱਲੋਂ ਦੱਸੀ ਗਈ ਸਤ ਯੁੱਗ ਦੀ ਨੀਤੀ ਦੇ ਨਿਯਮਾਂ ਦਾ ਸੰਸਾਰ ਭਰ ਵਿੱਚ ਪ੍ਰਚਾਰ ਕਰਨਗੇ । ਭਗਤ ਜਨ ਮਹਾਪ੍ਰਭੂ ਜੀ ਦੇ ਨਾਮ, ਗੁਣ , ਮਹਿਮਾ ਦੀ ਜੈ ਜੈਕਾਰ ਕਰਨਗੇ । ਧਰਮ ਸੰਸਥਾਪਨਾ ਦੇ ਕੰਮ ਵਿੱਚ ਜੁੜਨਗੇ । ਇਸ ਦੇ ਲਈ, ਅਚਯੁਤਾਨੰਦ ਜੀ ਲਿਖਦੇ ਹਨ ਕਿ -

"ਭਕਤੇ ਉਦੇ ਹੋਇਬੇ, ਗਾਂ ਗਾਂ **ਬੁਲਿ ਮੇਲਿ ਕਰਿਬੇ, ਰਾਮਚੰਦ੍ਰ ਰੇ॥**
ਹਰਿ ਚਰਨੇ ਭਜਿਬੇ, ਰਾਮਚੰਦ੍ਰ ਰੇ॥"

ਵਿਆਖਿਆ (ਭਾਵ **):-** ਜਿੱਥੇ ਵੀ ਭਗਤ ਜਾਣਗੇ, ਉਹ ਮਿਲ ਕੇ ਭਜਨ ਕੀਰਤਨ ਕਰਨਗੇ ਅਤੇ ਧਰਮ ਦਾ ਪ੍ਰਚਾਰ ਕਰਨਗੇ।

ਪੰਚਸਖਾ ਨਾਲ ਜਾਣ-ਪਛਾਣ-

ਮਹਾਂਪੁਰਖ ਅਚਯੁਤਾਨੰਦ ਜੀ ਦਾ ਜਨਮ 1485 ਵਿੱਚ ਓਡੀਸ਼ਾ ਦੇ ਕੇਂਦਰਪਾੜਾ ਜ਼ਿਲ੍ਹੇ ਦੇ ਪਿੰਡ ਤਿਲਕਨਾ (ਜਿਸ ਨੂੰ ਤ੍ਰਿਪੁਰਾ ਵੀ ਕਿਹਾ ਜਾਂਦਾ ਹੈ) ਵਿੱਚ ਪਿਤਾ ਦੀਨਬੰਧੂ ਖੁੰਟੀਆ ਅਤੇ ਮਾਤਾ ਪਦਮਾਵਤੀ ਜੀ ਦੀ ਗੋਦ ਵਿੱਚ ਹੋਇਆ ਸੀ। ਮਹਾਂਪੁਰਖ ਅਚਯੁਤਾਨੰਦ ਦਾਸ ਜੀ ਨੇ 1,85,000 ਗ੍ਰੰਥਾਂ ਦੀ ਰਚਨਾ ਕੀਤੀ ਸੀ ਅਤੇ ਨੇਮਲ ਪੀਠ ਵਿੱਚ ਜੇਠ ਸ਼ੁਕਲ ਇਕਾਦਸ਼ੀ ਨੂੰ ਸਮਾਧੀ ਲਾ ਕੇ ਬੈਠ ਗਏ ਸਨ ਅਤੇ ਪੂਰਨਮਾਸ਼ੀ ਵਾਲੇ ਦਿਨ (ਸਿਫ਼ਰ (ਸ਼ੁਨਯ) ਵਿੱਚ ਅਲੋਪ ਹੋ ਗਏ) ਆਪਣੀ ਮਰਜ਼ੀ ਨਾਲ ਜੋਤੀ ਜੋਤ ਸਮਾਯੇ ਸਨ। ਉਨ੍ਹਾਂ ਦੇ ਗ੍ਰੰਥਾਂ ਵਿੱਚ ਹਰਿਵੰਸ਼ ਪੁਰਾਣ, ਗੋਪਾਲ ਅੰਕ ਓਗਾਲ ਓ ਲਉਡਿ ਖੇਲ, ਬਾਰਾਮਾਸੀ ਗੀਤਾ, ਸ਼ੂਨਯ ਸੰਹਿਤਾ ਅਣਾਕਾਰ , ਬ੍ਰਹਮ ਸੰਹਿਤਾ, ਮਣੀਬੰਧ ਗੀਤਾ, ਜੁਗਬਧੀ ਗੀਤਾ, ਬੀਜਸਾਗਰ ਗੀਤਾ, ਅਭੇਦ ਕਵਚ, ਅਸ਼ਟ ਗੁੱਜਰੀ , ਨਵ ਗੁਜਰੀ, ਸ਼ਰਨ ਪੰਜਰ, ਸਤੋਤ੍ਰ , ਬੀਪਰ ਵਾਚਕ, ਮਾਨ ਮਹਿਮਾ ਅਤੇ ਅਨੇਕਾਂ ਭਜਨ, ਪਟਲ, ਰਾਸ, ਜਣਾਣ, ਚਉਤੀਸਾ (ਉੜੀਆ ਭਾਸ਼ਾ ਦੇ 34 ਅੱਖਰਾਂ ਨਾਲ ਸ਼ੁਰੂ ਹੋਣ ਵਾਲੀ ਕਵਿਤਾ ਨੂੰ ਚਉਤੀਸਾ ਕਿਹਾ ਜਾਂਦਾ ਹੈ), ਟੀਕਾ, ਮਲਿਕਾ ਆਦਿ ਉੱਤਮ ਹਨ ਅਤੇ ਉਨ੍ਹਾਂ ਨੇ ਕੁੱਲ ਮਿਲਾ ਕੇ ਲੱਖਾਂ ਗ੍ਰੰਥਾਂ ਦੀ ਰਚਨਾ ਕੀਤੀ ਹੈ|

ਮਹਾਂਪੁਰਖ ਸ਼ਿਸ਼ੂ ਅਨੰਤਦਾਸ ਦਾ ਜਨਮ 1488 ਵਿੱਚ ਪਿਤਾ ਕਪਿਲੇਂਦਰ ਅਤੇ ਮਾਂ ਗੌਰਾ ਦੇਵੀ ਦੇ ਘਰ ਓਡੀਸ਼ਾ ਦੇ ਪੁਰੀ ਜ਼ਿਲ੍ਹੇ ਵਿੱਚ ਭੁਵਨੇਸ਼ਵਰ ਦੇ ਨੇੜੇ ਬਾਲੀਪਾਟਣਾ ਪਿੰਡ ਵਿੱਚ ਹੋਇਆ ਸੀ। ਉਨ੍ਹਾਂ ਨੇ ਵੀ ਬਹੁਤ ਸਾਰੇ ਗ੍ਰੰਥ ਅਤੇ ਮਲਿਕਾ ਦੀ ਰਚਨਾ ਕੀਤੀ| ਉਨ੍ਹਾਂ ਦੇ ਗ੍ਰੰਥਾਂ ਵਿੱਚ ਹੇਤੁ ਉਦੈ ਭਾਗਵਤ, ਭਗਤੀ ਮੁਕਤੀ ਦਾਇਕ ਗੀਤਾ, ਸ਼ਿਸ਼ੂ ਬੇਦ ਟੀਕਾ, ਸ਼ੂਨਯ ਨਾਮ ਭੇਦ, ਅਰਥ ਤਾਰਣੀ , ਉਦੇ ਬਾਖਰਾ, ਠੀਕ ਬਾਖਰਾ ਅਤੇ ਬਹੁਤ ਸਾਰੇ ਭਜਨ, ਚਉਤੀਸਾ, ਮਲਿਕਾ ਗ੍ਰੰਥ ਆਦਿ ਹਨ।

ਸ਼੍ਰੀ ਜਗਨਨਾਥ ਦਾਸ ਜੀ ਮਹਾਰਾਜ ਦਾ ਜਨਮ ਪਿਤਾ ਭਗਵਾਨ ਦਾਸ ਅਤੇ ਮਾਤਾ ਪਦਮਾਵਤੀ ਦੀ ਗੋਦ ਵਿੱਚ ਓਡੀਸ਼ਾ ਦੇ ਪੁਰੀ ਜ਼ਿਲ੍ਹੇ ਦੇ ਕਪਿਲੇਸ਼ਵਰ ਪਿੰਡ ਵਿੱਚ ਹੋਇਆ ਸੀ। ਸੰਸਕ੍ਰਿਤ ਵਿੱਚ ਸ਼੍ਰੀਮਦ ਭਾਗਵਤ ਤੋਂ ਬਾਅਦ, ਉਨ੍ਹਾਂ ਨੇ ਸਭ ਤੋਂ ਪਹਿਲਾਂ ਉੜੀਆ ਭਾਸ਼ਾ ਵਿੱਚ ਸ਼੍ਰੀਮਦ ਭਾਗਵਤ ਮਹਾਪੁਰਾਣ ਦੀ ਰਚਨਾ ਕੀਤੀ, ਜਿਸ ਤੋਂ ਬਾਅਦ ਉਨ੍ਹਾਂ ਨੇ ਕਈ ਪੁਰਾਣ ਸ਼ਾਸਤਰਾਂ ਅਤੇ ਭਵਿੱਖ ਮਲਿਕਾ ਗ੍ਰੰਥਾਂ ਦੀ ਰਚਨਾ ਕੀਤੀ। ਉਨ੍ਹਾਂ ਦੇ ਗ੍ਰੰਥਾਂ ਵਿੱਚ ਸ਼ੋਲ ਚਉਪਦੀ, ਚਾਰੀ ਚਉਪਦੀ, ਤੁਲਾਭਿਣਾ, ਦਾਰੂ ਬ੍ਰਹਮ ਗੀਤਾ, ਦੀਕਸ਼ਾ ਸੰਵਾਦ, ਅਰਥ ਕੋਇਲੀ, ਮ੍ਰਗੁਣੀ ਸਤੁਤਿ, ਗੁਪਤ ਭਾਗਵਤ, ਅਨਾਮਯ ਕੁੰਡਲੀ, ਸ੍ਰੀ ਕ੍ਰਿਸ਼ਨ ਕਲਪਲਤਾ, ਨਿਤਯ ਗੁਪਤ ਚਿੰਤਾਮਣੀ, ਨੀਲਾਦਰੀ ਬਿਲਾਸ, ਕਲੀ ਮਲਿਕਾ ,ਇੰਦਰ ਮਲਿਕਾ ਗ੍ਰੰਥ ਆਦਿ ਪ੍ਰਮੁੱਖ ਹਨ। ਉਨ੍ਹਾਂ ਦੇ ਗਿਆਨ ਅਤੇ ਭਗਤੀ ਤੋਂ ਪ੍ਰਭਾਵਿਤ ਹੋ ਕੇ ਭਗਵਾਨ ਸ਼੍ਰੀ ਚੈਤੰਨਯ ਮਹਾਪ੍ਰਭੂ ਜੀ ਨੇ ਉਨ੍ਹਾਂ ਨੂੰ 'ਅਤਿਬਡੀ' ਦੀ ਉਪਾਧੀ ਨਾਲ ਸਨਮਾਨਿਤ ਕੀਤਾ।

ਮਹਾਂਪੁਰਖ ਬਲਰਾਮ ਦਾਸ ਜੀ ਦਾ ਜਨਮ 1470 ਵਿੱਚ (1482 ਵਿੱਚ ਵੀ ਜ਼ਿਕਰ ਕੀਤਾ ਗਿਆ ਹੈ) ਓਡੀਸ਼ਾ ਦੇ ਪੁਰੀ ਜ਼ਿਲ੍ਹੇ ਦੇ ਚੰਦਰਪੁਰ ਪਿੰਡ ਵਿੱਚ ਪਿਤਾ ਸ਼ੋਮਨਾਥ ਮਹਾਪਾਤਰਾ ਅਤੇ ਮਾਤਾ ਮਹਾਮਾਇਆ ਦੇਵੀ ਦੀ ਗੋਦ ਵਿੱਚ ਹੋਇਆ ਸੀ। ਦਾਡਿਯਤਾ ਭਗਤੀ, ਦਾਂਡੀ ਰਾਮਾਇਣ, ਬ੍ਰਹਿਮੰਡ ਭੂਗੋਲ, ਬਾਉਲਾ ਗਾਈ ਗੀਤ, ਕਮਲ ਲੋਚਨ ਚਉਤਿਸਾ, ਕਾਂਤ ਕੋਇਲੀ, ਲਕਸ਼ਮੀ ਪੁਰਾਣ, ਬੇਢਾ ਪਰਿਕਰਮਾ, ਸਪਤਾਂਗ ਯੋਗਸਾਰਟੀਕਾ, ਬਜਰ ਕਵਚ, ਗਿਆਨ ਚੁੜਾਮਣੀ (ਵਾਰਤਕ), ਬ੍ਰਹਮਾ ਟੀਕਾ (ਵਾਰਤਕ) ਉਸ ਨੇ ਕਈ ਗ੍ਰੰਥ, ਪੁਰਾਣ ਅਤੇ ਮਲਿਕਾ ਗ੍ਰੰਥ ਦੀ ਰਚਨਾ ਕੀਤੀ । ਉਨ੍ਹਾਂ ਦੀ ਮੌਤ ਪੁਰੀ ਜ਼ਿਲ੍ਹੇ ਦੇ ਸਮਗਰਾ ਪਾਟ ਨਾਮਕ ਸਥਾਨ 'ਤੇ ਹੋਈ।

ਮਹਾਂਪੁਰਖ ਯਸ਼ਵੰਤ ਦਾਸ ਜੀ ਦਾ ਜਨਮ 1482 ਵਿੱਚ (ਕਿਤੇ - ਕਿਤੇ 1486 ਵਿੱਚ ਵੀ ਲਿਖਿਆ ਗਿਆ) ਉੜੀਸਾ ਦੇ ਕਟਕ ਜ਼ਿਲ੍ਹੇ ਵਿੱਚ ਅਡੰਗ ਨਿਕਟਸਥ ਨੰਦੀ ਪਿੰਡ ਵਿੱਚ ਕਸ਼ਤ੍ਰੀਯ ਵੰਸ਼ ਵਿੱਚ ਪਿਤਾ ਬਲਭਦ੍ਰ ਮਲ, ਮਾਂ ਰੇਖਾ ਦੇਵੀ ਦੀ ਗੋਦ ਵਿੱਚ ਹੋਇਆ ਸੀ। ਉਹ ਉੱਤਰ ਭਾਰਤ

ਦੇ ਬੰਗਾਲ, ਆਸਾਮ ਤੋਂ ਲੈ ਕੇ ਕਈ ਸਾਰੇ ਖੇਤਰਾਂ ਵਿੱਚ ਬਹੁਤ ਮਸ਼ਹੂਰ ਹੈ, ਉਨ੍ਹਾਂ ਦੇ ਪ੍ਰਮੁਖ ਗ੍ਰੰਥ ਜਿਵੇਂ ਕਿ ਚੌਰਾਸੀ ਆਗਿਆ , ਸ਼ਿਬ ਸਵਰ ਦਵਯ, ਸ਼ਸ਼ਠੀਮਲਾ, ਪ੍ਰੇਮ ਭਗਤੀ ਬ੍ਰਹਮ ਗੀਤਾ, ਟੀਕਾ ਗੋਬਿੰਦ ਚੰਦਰ (ਕਰੁਨ ਰਸ ਨਾਲ ਭਰਪੂਰ ਕਵਿਤਾ ਹੋਣ ਦੇ ਨਾਤੇ ਬੰਗਾਲ , ਅਸਾਮ ਤੋਂ ਲੈ ਕੇ ਉਤਰ ਭਾਰਤ ਦੇ ਬਹੁਤ ਸਾਰੇ ਖੇਤਰ ਵਿੱਚ ਪ੍ਰਸਿਧ ਹੈ) ਆਦਿ ਬਹੁਤ ਸਾਰੇ ਸ਼ਾਸਤ੍ਰ ਪੁਰਾਣ ਦੇ ਨਾਲ-ਨਾਲ ਮਲਿਕਾ ਗ੍ਰੰਥਾਂ ਦੀ ਵੀ ਰਚਨਾ ਕੀਤੀ। ਉਨ੍ਹਾਂ ਨੇ ਮਾਰਗਸ਼ੀਰਸ਼ ਮਹੀਨੇ ਦੇ ਸ਼ੁਕਲ ਪੱਖ ਛੇਵੀਂ (ਓਡਣੀ ਸ਼ਸ਼ਠੀ) ਦੇ ਦਿਨ ਆਪਣਾ ਸਰੀਰ ਤਿਆਗ ਦਿੱਤਾ ਸੀ।

ਪੰਚਸਖਾ ਅਧਿਆਤਮਕ ਗਿਆਨ ਨਾਲ ਪੂਰਨ ਸਨ । ਹਰ ਵੇਲੇ ਉਹ ਨਿਰਾਕਾਰ (ਭਗਵਾਨ ਜਗਨਨਾਥ) ਨਾਲ ਸੂਖਮ ਸੰਪਰਕ ਵਿੱਚ ਰਹਿੰਦੇ ਸਨ ਅਤੇ ਨਿਰਾਕਾਰ ਜੀ ਉਹਨਾਂ ਨੂੰ ਜੋ ਅਉਣ ਵਾਲੇ ਭਵਿਖ ਬਾਰੇ ਦਸਦੇ ਸਨ ਉਹੀ ਸਾਰੀਆਂ ਗੱਲਾਂ ਉਹ ਭਵਿਸ਼ਯ ਮਲਿਕਾ ਗ੍ਰੰਥਾਂ ਵਿੱਚ ਲਿਖਦੇ ਸਨ। ਬ੍ਰਹਮਾ ਗੋਪਾਲ ਮਹਾਗਿਆਤਾ ਅਚਯੁਤਾਨੰਦ ਜੀ ਇਸ ਬਾਰੇ ਜ਼ਿਕਰ ਕਰਦੇ ਹਨ:

"ਆਗਮ ਭਾਵ ਜਾਣੇ ਯਸ਼ੋਬੰਤ
ਗਾਰਕਟਾ ਜੰਤ੍ਰ ਜਾਣੇ ਅਨੰਤ
ਆਗਤ ਨਾਗਤ ਅਚਯੁਤ ਜਾਣੇ
ਬਲਰਾਮ ਦਾਸ ਤੱਤਵ ਬਖਾਣੇ
ਭਗਤੀ ਰ ਭਾਵ ਜਾਣੇ ਜਗਨਨਾਥ
ਪੰਚਸਖਾ ਏ ਉੜੀਸਾ ਮਹੰਤ ।
ਮਲੇਛ ਪਤਿਤ ਉਦਧਾਰਿਬਾ ਪਾਈਂ
ਜਨਮ ਲਭਿਲੇ ਉੜੀਸਾ ਭੁਈਂ । "

ਉਪਰੋਕਤ ਪੰਗਤੀਆਂ ਦਾ ਭਾਵ ਇਹ ਹੈ ਕਿ ਪੰਚਸਾਖਾਂ ਵਿਚੋਂ ਸ੍ਰੀ ਯਸ਼ੋਬੰਤ ਦਾਸ ਜੀ ਮਹਾਰਾਜ ਅਗਮ ਨਿਗਮ ਬਾਰੇ ਸਾਰੀਆਂ ਗੱਲਾਂ ਜਾਣਨ ਵਿੱਚ ਸਮਰਥ ਸਨ। ਮਹਾਨ ਵਿਅਕਤੀ ਸ਼ਿਸ਼ੂ ਅਨੰਤ ਦਾਸ ਜੀ ਮਹਾਰਾਜ ਸੰਕੇਤਕ ਗਣਿਤ ਰਾਹੀਂ ਭਵਿੱਖ ਨੂੰ ਜਾਣਨ ਦੇ ਮਾਹਿਰ ਸਨ।

* ਮਹਾਂਪੁਰਖ ਅਚਯੁਤਾਨੰਦ ਦਾਸ ਜੀ ਮਹਾਰਾਜ ਭੂਤਕਾਲ, ਵਰਤਮਾਨ ਅਤੇ ਭਵਿੱਖ ਆਦਿ ਦੇ

ਜਾਣਕਾਰ ਸਨ।

* ਮਹਾਪੁਰਖ ਬਲਰਾਮ ਦਾਸ ਜੀ ਮਹਾਰਾਜ ਬ੍ਰਹਿਮੰਡ ਤੱਤ ਅਤੇ ਸ਼ਾਸਤ੍ਰ ਦੇ ਗਿਆਨੀ ਸਨ।

* ਜਗਨਨਾਥ ਦਾਸ ਜੀ ਮਹਾਰਾਜ ਅਸ਼ਟਾਦਸ਼ ਪੁਰਾਣ ਦੇ ਭਗਤੀ ਤੱਤ ਦੇ ਸਭ ਤੋਂ ਵੱਧ ਜਾਣਕਾਰ ਸਨ।

ਪੰਚਸਖਾਂ ਨੇ ਭਵਿਸ਼ਯ ਮਲਿਕਾ ਗ੍ਰੰਥ ਰਾਹੀਂ ਜੋ ਭਵਿੱਖਬਾਣੀ ਕੀਤੀ ਹੈ, ਉਸ ਵਿੱਚ ਭਗਤਾਂ ਦੀ ਮੁਕਤੀ, ਭਗਤਾਂ ਅਤੇ ਰੱਬ ਦੇ ਮਿਲਾਪ, ਪਾਪੀਆਂ ਅਤੇ ਦੁਸ਼ਟ ਲੋਕਾਂ ਦੇ ਨਾਸ਼ ਅਤੇ ਸ੍ਰੀ ਜਗਨਨਾਥ ਜੀ ਅਤੇ ਨਿਰਾਕਾਰ ਜੀ ਦੇ ਹੁਕਮ ਨਾਲ ਦਿਵਯ ਸਤ ਯੁੱਗ ਦੀ ਆਰੰਭਤਾ ਬਾਰੇ ਭਵਿਸ਼ਯ ਮਲਿਕਾ ਗ੍ਰੰਥ ਵਿੱਚ ਸਪਸ਼ਟ ਤੌਰ ਤੇ ਜ਼ਿਕਰ ਕੀਤਾ ਗਿਆ ਹੈ। ਇਹ ਸਾਰੇ ਗ੍ਰੰਥ ਹੁਣ ਮਨੁੱਖੀ ਸਮਾਜ ਲਈ ਇੱਕ ਮ੍ਰਿਤ ਸੰਜੀਵਨੀ ਹੀ ਹਨ।

ਵਰਤਮਾਨ ਸਮੇਂ ਬ੍ਰਹਿਮੰਡ ਵਿੱਚ ਭਾਰੀ ਤਬਾਹੀ ਦਾ ਸਮਾਂ ਨੇੜੇ ਹੈ, ਇਸ ਸਮੇਂ ਭਵਿਸ਼ਯ ਮਲਿਕਾ ਦੇ ਕਹੇ ਅਨੁਸਾਰ ਮਹਾਪ੍ਰਭੂ ਦੇ ਨਾਮ ਅਤੇ ਉਸ ਦੀ ਸ਼ਰਨ ਵਿੱਚ ਜਾਣ ਤੋਂ ਇਲਾਵਾ ਹੋਰ ਕੋਈ ਰਸਤਾ ਨਹੀਂ ਹੈ।

ਅਧਿਆਇ- 3

ਚਤੁਰਯੁਗ ਗਣਨਾ ਦੇ ਸਬੰਧ ਵਿੱਚ ਵਿਚਾਰ

ਬ੍ਰਹਮੰਡ ਤੱਤ ਦੇ ਅਨੁਸਾਰ, ਸੰਸਾਰ ਵਿੱਚ ਕ੍ਰਮਵਾਰ ਚਾਰ ਯੁਗ ਹਨ। ਉਨ੍ਹਾਂ ਚਾਰ ਯੁਗਾਂ ਦੇ ਨਾਮ ਸਤਯੁਗ, ਤ੍ਰੇਤਾਯੁਗ, ਦ੍ਵਾਪਰ ਯੁਗ ਅਤੇ ਕਲਯੁਗ ਹਨ। ਸਤਯੁਗ ਵਿੱਚ ਧਰਮ ਦੇ ਚਾਰ ਪਗ (ਪੈਰ ਜਾਂ ਥਮ) ਹਨ ਅਤੇ ਇਸ ਦੀ ਉਮਰ 17,68,000 ਸਾਲ ਹੈ। ਇਸ ਯੁੱਗ ਵਿੱਚ ਧਰਮ ਦੇ ਜੋ ਚਾਰ ਪਘ ਕਹੇ ਗਏ ਹਨ, ਉਹ ਹਨ ਸੱਚ, ਸਫਾਈ, ਦਿਆ ਅਤੇ ਖਿਮਾ। ਧਰਮ ਦੇ ਇਨ੍ਹਾਂ ਚਾਰ ਪੈਰਾਂ ਕਾਰਨ ਸਾਰੇ ਮਨੁੱਖ ਸਤਯੁਗ ਵਿਚ ਸੁਖਮਈ ਜੀਵਨ ਬਤੀਤ ਕਰਦੇ ਸਨ ਅਤੇ ਮਨੁੱਖੀ ਸਮਾਜ ਵਿਚ ਸੁੱਖ ਸ਼ਾਂਤੀ, ਖੁਸ਼ਹਾਲੀ, ਸਥਿਰਤਾ ਝਲਕਦੀ ਸੀ।

ਸਤਯੁਗ ਤੋਂ ਬਾਅਦ, ਤ੍ਰੇਤਾ ਯੁਗ ਆਉਂਦਾ ਹੈ। ਇਸ ਯੁਗ ਦੀ ਉਮਰ 12,96,000 ਸਾਲ ਹੈ। ਇਸ ਯੁਗ ਵਿੱਚ ਧਰਮ ਤਿੰਨ ਪਗ (ਪੈਰ ਜਾਂ ਥਮ) ਤੇ ਹੁੰਦਾ ਹੈ, ਉਹ ਹਨ ਸੱਚ, ਦਿਆ ਅਤੇ ਖਿਮਾ। ਇਸ ਯੁਗ ਵਿੱਚ ਧਰਮ ਦਾ ਇੱਕ ਪਗ ਮਿਟ ਜਾਂਦਾ ਹੈ, ਜਿਸ ਦਾ ਨਾਮ ਹੈ ਸਵੱਛਤਾ। ਤ੍ਰੇਤਾ ਯੁਗ ਤੋਂ ਬਾਅਦ ਦ੍ਵਾਪਰ ਯੁਗ ਦੋ ਪਗ (ਪੈਰ ਜਾਂ ਥਮ) ਤੇ ਹੁੰਦਾ ਹੈ । ਇਸ ਯੁਗ ਦੀ ਉਮਰ 8,64,000 ਸਾਲ ਹੈ। ਇਸ ਯੁਗ ਵਿੱਚ ਧਰਮ ਦੇ ਦੋ ਹੀ ਪਗ ਰਹਿ ਜਾਂਦੇ ਹਨ, ਉਹ ਹਨ ਸੱਚ ਅਤੇ ਖਿਮਾ।

ਇਨ੍ਹਾਂ ਸਾਰੇ ਯੁਗਾਂ ਤੋਂ ਬਾਅਦ, ਚੌਥਾ ਅਤੇ ਆਖਰੀ ਯੁਗ ਜੋ ਆਉਂਦਾ ਹੈ ਉਹ ਹੈ ਕਲਯੁਗ। ਇਸ ਯੁਗ ਦੀ ਉਮਰ 4,32,000 ਸਾਲ ਹੈ। ਇਸ ਯੁਗ ਵਿੱਚ ਧਰਮ ਦੀਆਂ ਤਿੰਨ ਅਵਸਥਾਵਾਂ ਦਾ ਨਾਸ਼ ਹੋ ਜਾਂਦਾ ਹੈ ਤੇ ਧਰਮ ਦਾ ਇੱਕ ਪਗ (ਪੈਰ ਜਾਂ ਥਮ) ਹੀ ਰਹਿ ਜਾਂਦਾ ਹੈ ਤੇ ਉਹ ਹੈ ਸੱਚ। ਕਲਯੁਗ ਦੇ ਅੰਤ ਵਿੱਚ, ਇੱਕ ਪੱਗ ਜੋ ਧਰਮ ਦਾ ਬਚਿਆ ਹੋਇਆ ਸੀ, ਉਹ ਵੀ ਖਤਮ ਹੋ ਜਾਂਦਾ ਹੈ। ਵੈਵਸਵਤ ਮਨੂ ਜੀ ਦੀ ਮਨੁਸਮ੍ਰਿਤਿ ਸ਼ਾਸਤ੍ਰ ਪ੍ਰਮਾਣ ਦਿੰਦੇ ਹਨ ਕਿ ਕਲਯੁਗ ਦੇ ਅੰਤ ਵਿੱਚ, ਧਰਮ ਕੇਵਲ ਦਾਨ ਦੁਆਰਾ ਹੀ ਆਪਣੀ ਅੰਤਮ ਅਵਸਥਾ ਵਿੱਚ ਰਹਿੰਦਾ ਹੈ। ਪਰ ਮਹਾਂਪੁਰਖ ਪੰਚਸਖਾ ਨੇ ਭਵਿਸ਼ਯ ਮਲਿਕਾ ਵਿੱਚ ਕਲਯੁਗ ਦੀ ਉਮਰ ਅਤੇ ਮਨੂਸਮ੍ਰਿਤੀ

ਵਿੱਚ ਲਿਖੇ ਸਮੇਂ ਅਤੇ ਸਥਿਤੀ ਨੂੰ ਪ੍ਰਭੂ ਦੇ ਹੁਕਮ ਨਾਲ ਸੋਧ ਕੇ ਇਸ ਯੁਗ ਪ੍ਰਣਾਲੀ ਦਾ ਵਿਸਥਾਰ ਨਾਲ ਵਰਣਨ ਕੀਤਾ ਹੈ।

"ਧਰਮ ਚਾਰਿਪਾਦ ਨਿਸ਼ਚੈ ਕਾਟਿਬ ਹਰਿ ਆਸ਼ਰਾ ਕਰ ਨਰ,
ਸੁਕਰਮ ਕੁਕਰਮ ਬਿਚਾਰਿ ਪਾਰਿਲੇ ਪਾਦ ਪਦਮੇ ਸਥਾਨ ਪਾਈਂ"

ਵਿਆਖਿਆ (ਭਾਵ):- ਭਵਿਸ਼ਯ ਮਲਿਕਾ ਲੜੀ ਵਿੱਚ ਮਹਾਂਪੁਰਖ ਅਚਯੁਤਾਨੰਦ ਜੀ ਲਿਖਦੇ ਹਨ ਕਿ ਕਲਯੁਗ ਦੇ ਪੂਰਾ ਹੋਣ ਸਮੇਂ ਚਾਰ ਪਗ ਧਰਮ ਦੀ ਸਮਾਪਤੀ ਨਾਲ ਧਰਤੀ ਉੱਤੇ ਵੱਡੀਆਂ ਆਫ਼ਤਾਂ ਅਤੇ ਅਕਾਲ ਆਉਣਗੇ। ਮਹਾਂਪੁਰਖ ਉਕਤ ਸਮੇਂ ਨੂੰ ਸੰਗਮ ਯੁਗ ਜਾਂ ਯੁਗ ਸੰਧਿਆ ਕਹਿੰਦੇ ਹਨ। ਉਨ੍ਹਾਂ ਨੇ ਚਿਤਾਵਨੀ ਦਿੱਤੀ ਹੈ ਕਿ ਹਰਿ ਦਾ ਨਾਮ ਅਤੇ ਗੁਣ ਗਾਕੇ, ਮਲਿਕਾ ਗ੍ਰੰਥ ਦੇ ਮਗਰ ਲੱਗ ਕੇ ਵੈਦਿਕ ਧਾਰਾ ਵਿੱਚ ਚੱਲਣ ਵਾਲੇ ਲੋਕ ਸਤਯੁੱਗ ਵਿੱਚ ਪ੍ਰਵੇਸ਼ ਕਰਨਗੇ।

" ਚਤ੍ਰਵਾਯਰਜਾਹੁ ਸਹਸ੍ਰਾਣਿ ਬਰਸ਼ਾਣਾ ਤਤ੍ਕਰਿਤ੍ਰਮ ਯੁਗਮ ॥
ਤਸਯ ਤਾਬਛ ਛਤੀ ਸੰਧਿਯਾ ਸੰਦਿਯਾਸ਼ਾਸ਼ਚ ਤਥਾਬਿਧਾ "॥

ਮਨੂਸਮ੍ਰਿਤੀ ਤੋਂ ਉਪ੍ਰੋਕਤ ਪੰਕਤੀ ਦੇ ਅਰਥ ਹਨ - ਚਾਰ ਹਜ਼ਾਰ ਸਾਲ ਬਾਅਦ ਸਤਯੁੱਗ ਆਉਂਦਾ ਹੈ। ਉਹ ਚਾਰ ਹਜ਼ਾਰ ਸਾਲ ਦੀ ਪੂਰੀ ਉਮਰ ਦਾ ਦਸਵਾਂ ਹਿਸਾ ਸੰਧਿਆ ਕਾਲ ਹੁੰਦਾ ਹੈ।

ਭਾਵ :-

ਕਲਯੁਗ ਦੀ ਉਮਰ = 4000 ਸਾਲ

ਕਲਯੁਗ ਸ਼ੁਰੂ ਅਤੇ ਦ੍ਵਾਪਰਯੁਗ ਦੇ ਅੰਤ ਵਿੱਚ ਦੋ ਸੰਧਿਆ =400X2= 800ਸਾਲ

ਕੁਲ ਮਿਲਾ ਕੇ ਕਲਯੁਗ ਦੇ ਭੋਗ ਸਮੇਂ ਦਾ ਕੁੱਲ ਸਮਾਂ 4800 ਸਾਲ ਦੱਸਿਆ ਗਿਆ ਹੈ।

"ਚਤਵਰਯਜਾਦ ਸਹਸ਼੍ਰਾਨੀ ਚਤਵਰਯਜਾਦ ਸ਼ਤਾਨਿਚਮ,
ਕਲੇਰਜਯਦਾ ਗਮਿਸਯੰਤੀ ਤਦਾਪੁਰਵਮ ਯੁਗਾਸ਼੍ਰੀਤਮ।"

(ਨਿਰਣਯ ਸਿੰਧੂ)

ਨਿਰਣਯ ਸਿੰਧੂ ਤੋਂ ਲਏ ਗਏ ਉਪਰੋਕਤ ਸ਼ਲੋਕ ਵਿੱਚ ਇਹ ਸਪੱਸ਼ਟ ਕਿਹਾ ਗਿਆ ਹੈ ਕਿ 4000 ਸਾਲ ਬਾਅਦ ਸੰਧਿਆ ਸਮਾਂ 400 ਸਾਲ ਹੋਵੇਗਾ, ਫਿਰ ਅਗਲੇ ਯੁੱਗ ਦੀ ਸ਼ੁਰੂਆਤ ਸੰਧਿਆ ਦੇ 400 ਸਾਲਾਂ ਦੇ ਸਮੇਂ ਨਾਲ ਮਿਲ ਜਾਵੇਗੀ, ਕਲਯੁਗ ਕੁੱਲ 4800 ਸਾਲ ਦਾ ਭੋਗ ਹੋਵੇਗਾ।

"ਅਦਾਸ਼ਵਤਵਾ ਸਹਸ਼੍ਰਾਣੀ ਕਲੈ ਚਤੁਹ ਸ਼ਤਾਨੀਚਮ,
ਗਤੇ ਗਿਰੀ ਬਰੇਹੀ ਸ਼੍ਰੀ ਨਾਥ ਪ੍ਰਾਦੁਰਭਵਿਸ਼ਯਤੀ॥ "

-(ਗਰਗ ਸੰਹਿਤਾ)

ਵਿਆਖਿਆ (ਭਾਵ):- ਕਲਯੁਗ ਦੇ 4000 ਸਾਲਾਂ ਬਾਅਦ, ਸੰਧਿਆ ਸਮਾਂ ਦੇ ਸ਼ਾਮ ਦੇ 400 ਸਾਲ ਬਾਅਦ, ਭਗਵਾਨ ਮਹਾਵਿਸ਼ਨੂੰ (ਸ਼੍ਰੀਨਾਥ) ਧਰਤੀ 'ਤੇ ਅਵਤਾਰ ਧਾਰਨ ਕਰਨਗੇ ਅਤੇ ਪਾਪ ਦੇ ਬੋਝ ਨੂੰ ਖਤਮ ਕਰ ਦੇਣਗੇ।

*ਉਪਰੋਕਤ ਗ੍ਰੰਥਾਂ ਵਿੱਚ ਕੀਤੇ ਗਏ ਨਿਰੀਖਣਾਂ ਅਨੁਸਾਰ ਮਨੁਸਮ੍ਰਿਤੀ, ਨਿਰਣਯ ਸਿੰਧੂ ਅਤੇ ਗਰਗ ਸੰਹਿਤਾ ਅਨੁਸਾਰ ਕਲਯੁਗ ਦੀ ਉਮਰ 4000 ਸਾਲ ਹੈ। ਇਸ ਦਾ ਦਸਵਾਂ ਹਿਸਾ ਸੰਧਿਆ ਦਾ ਸਮਾਂ ਹੈ (ਭਾਵ 400 ਸਾਲ)। ਕਲਯੁਗ ਦੀ ਸ਼ੁਰੂਆਤ ਸਮੇਂ ਵੀ 400 ਸਾਲ ਸੰਦਿਆ ਸਮਾਂ ਹੈ। ਭਾਵ 4000 + (400 + 400) = 4800 ਸਾਲ ਕੇਵਲ ਕਲਯੁਗ ਦਾ ਸਾਰਾ ਜੀਵਨ ਹੀ ਭੋਗਿਆ ਜਾਵੇਗਾ। ਮਨੂਸਮ੍ਰਿਤੀ, ਨਿਰਣਯ ਸਿੰਧੂ ਅਤੇ ਗਰਗ ਸੰਹਿਤਾ ਅਨੁਸਾਰ ਕਲਯੁਗ ਦੀ ਉਮਰ 4800 ਸਾਲ ਤੱਕ ਭੋਗ ਹੋਣਾ ਚਾਹੀਦਾ ਹੈ। ਪਰ ਹਜ਼ਾਰਾਂ ਸਾਲ ਪਹਿਲਾਂ ਇਹ ਸਾਰੇ ਗ੍ਰੰਥ ਲਿਖਣ ਤੋਂ ਬਾਅਦ, ਇਸ ਕਲਯੁਗ ਵਿੱਚ, ਲਗਭਗ 600 ਸਾਲ ਪਹਿਲਾਂ ਮਹਾਪੁਰਸ਼ ਪੰਚਸਖਾ ਨੇ ਭਵਿਸ਼ਯ ਮਲਿਕਾ ਗ੍ਰੰਥ ਦੀ ਰਚਨਾ ਕੀਤੀ ਸੀ ਅਤੇ ਨਿਰਾਕਾਰ ਜੀ ਦੀ ਹਦਾਇਤ ਨਾਲ ਪੰਚਸਖਾ ਨੇ ਆਪਣੇ ਮਲਿਕਾ ਗ੍ਰੰਥ ਵਿੱਚ ਮਿਥਿਹਾਸਕ ਗ੍ਰੰਥਾਂ ਦੇ ਵਰਣਨ ਵਿੱਚ ਸੋਧ ਕਰਕੇ 4,800 ਸਾਲ ਵਿੱਚ 200 ਸਾਲ ਜੋੜ ਕੇ ਕਲਯੁਗ ਦੀ ਉਮਰ ਨੂੰ 5000 ਸਾਲ ਤੱਕ ਭੋਗ ਦੱਸਿਆ ਸੀ।

"ਚਾਰਿ ਲਕਸ਼ ਜੇ ਬਤਿਸ਼ ਸਹਸਤ੍ਰ,
ਕਲਯੁਗ ਰ ਅਟਈ ਆਯੁਸ਼
ਪਾਪ ਭਾਰਾ ਰੇ ਕਲਿ ਤੁਟਿਜਿਬ,
ਪੰਚ ਸਸਤ੍ਰ ਕਲਿ ਭੋਗ ਹੋਇਬ।"

(ਭਗਤ ਚੇਤਾਵਨੀ- ਅਚਯੁਤਾਨੰਦ)

ਮਹਾਂਪੁਰਖ ਅਚਯੁਤਾਨੰਦ ਜੀ ਨਿਰਾਕਾਰ ਜੀ ਦੇ ਹੁਕਮ ਨਾਲ ਆਪਣੀ ਪੁਸਤਕ 'ਭਗਤ ਚੇਤਾਵਨੀ' ਵਿੱਚ ਸਬੂਤ ਦਿੰਦੇ ਹਨ ਕਿ ਕਲਯੁਗ ਦੇ ਭੋਗ ਦਾ ਸਾਰਾ ਸਮਾਂ 4,32,000 ਸਾਲ ਦਾ ਹੈ। ਪਰ, ਪਾਪ ਦੇ ਬੋਝ ਕਾਰਨ, ਉਮਰ ਨਸ਼ਟ ਹੋ ਜਾਵੇਗੀ ਅਤੇ ਸਿਰਫ 5,000 ਸਾਲ ਦਾ ਅਨੰਦ ਲਿਆ ਜਾਵੇਗਾ।

"ਠਿਕਨਾ ਅਮਰਪੁਰ ,
ਠਾਕੁਰ ਤਹੀਂ ਰੂ ਹੇਬੇ ਬਾਹਾਰ, ਰਾਮਚੰਦ੍ਰ ਰੇ,
ਠਾਰੀ ਪੰਚ ਸਹਸਤ੍ਰ ਕੁਧਰ , ਰਾਮਚੰਦ੍ਰ ਰੇ॥
(ਭਵਿਸ਼ਯਤ ਚਉਤਿਸਾ , ਅਚਯੁਤਾਨੰਦ)

ਮਹਾਂਪੁਰਖ ਅਚਯੁਤਾਨੰਦ ਆਪਣੇ ਗ੍ਰੰਥ 'ਭਾਵਿਸ਼ਯਤ ਚਉਤੀਸਾ' ਵਿੱਚ ਵੀ ਪ੍ਰਮਾਣ ਦਿੰਦੇ ਹਨ ਕਿ ਕਲਯੁਗ ਦਾ ਕੇਵਲ 5000 ਸਾਲ ਹੀ ਭੋਗ ਹੋਵੇਗਾ । ਉਪਰੋਕਤ ਪੰਗਤੀਆਂ ਵਿੱਚ ਅਚਯੁਤਾਨੰਦ ਜੀ ਨੇ ਸਪਸ਼ਟ ਕਿਹਾ ਕਿ ਭਗਵਾਨ ਜਗਨਨਾਥ ਜੀ ਨੀਲਾਂਚਲ ਧਾਮ ਆਦਿ ਵੈਕੁੰਠ ਧਾਮ ਸ੍ਰੀ ਜਗਨਨਾਥ ਧਾਮ ਪੁਰੀ ਤੋਂ ਮਨੁੱਖੀ ਰੂਪ ਵਿੱਚ ਕਲਕਿ ਅਵਤਾਰ ਲੈਣਗੇ ਅਤੇ ਉਸ ਸਮੇਂ ਤੱਕ ਕਲਯੁਗ 5000 ਸਾਲ ਭੋਗ ਹੋ ਜਾਣਗੇ। ਭਾਵ 5000 ਸਾਲਾਂ ਵਿੱਚ ਜਦੋਂ ਕਲਯੁਗ ਖਤਮ ਹੋ ਜਾਵੇਗਾ ਤਾਂ ਮਹਾਂਪ੍ਰਭੂ ਜਗਨਨਾਥ ਜੀ ਮਨੁੱਖੀ ਰੂਪ ਵਿੱਚ ਧਰਤੀ ਉੱਤੇ ਅਵਤਾਰ ਧਾਰਨ ਕਰਨਗੇ।

" ਠਿਕਨਾ ਅਚਯੁਤ ਕਲੇ,

'ਠ' ਤਿਨੀ ਬਾਸੇ ਪੰਜ ਰਖਿਲੇ ਰਾਮਚੰਦਰ ਹੇ।
ਠਕਿ ਜਿਬ ਮਿਨ ਸ਼ਨੀ ਭਲੇ ਰਾਮਚੰਦ੍ਰ ਹੇ ॥ "
(ਭਵਿਸ਼ਯਤ ਮਲਿਕਾ , ਅਚਯੁਤਾਨੰਦ)

ਫਿਰ ਉਹ ਮਹਾਂਪੁਰਖ ਅਚਯੁਤਾਨੰਦ ਜੀ ਆਪਣੀ ਪੁਸਤਕ 'ਭਾਵਿਸ਼ਯਤ ਮਲਿਕਾ' ਵਿੱਚ ਕਹਿੰਦੇ ਹਨ ਕਿ ਉੜੀਆ ਭਾਸ਼ਾ ਵਿੱਚ 'ਠ' ('0') ਨੂੰ ਤਿੰਨ ਵਾਰ ਲਿਖਣ ਅਤੇ ਇਸ ਦੇ ਖੱਬੇ ਪਾਸੇ ਪੰਜ (5) ਲਿਖਣ ਦਾ ਮਤਲਬ ਇਹ ਹੋਵੇਗਾ ਕਿ ਕਲਯੁਗ ਦੇ 5,000 ਸਾਲਾਂ ਬਾਅਦ, ਜਦੋਂ ਸ਼ਨੀ ਮੀਨ ਵਿੱਚ ਪ੍ਰਵੇਸ਼ ਕਰੇਗਾ (2025 ਦੀ ਵਿਆਖਿਆ ਕੀਤੀ ਗਈ ਹੈ)। ਉਸ ਸਮੇਂ ਮਨੁੱਖੀ ਸਮਾਜ ਨੂੰ ਭਿਆਨਕ ਆਫ਼ਤਾਂ ਦਾ ਸਾਹਮਣਾ ਕਰਨਾ ਪਵੇਗਾ ਅਤੇ ਨਾਲ ਹੀ ਸ਼ਰਧਾਲੂ ਭਗਤ ਮਲਿਕਾ ਗ੍ਰੰਥ ਨੂੰ ਵੀ ਮੰਨ ਕੇ ਇਸ ਨੂੰ ਸਮਝਣਗੇ।

"ਏਬੇ ਪੰਜ ਠਿਕ ਕਲਿਬਾ ਸ਼ੁਣ,
ਬਾਰੰਗ ਬਿਚਾਰੇ ਚਿਤ ਰੇ ਘੇਨ।
ਪੰਜ ਸਹਸਤ੍ਰ ਜੇਤੇ ਬੇਲੇ ਹੇਬ,
ਸੰਪੂਰਨ ਲੀਲਾ ਪ੍ਰਕਾਸ਼ ਹੋਇਬ"
(ਮਹਾ ਗੁਪਤ ਪਦਮਕਲਪ- ਸ਼ਿਸ਼ੂ ਅਨੰਤ ਦਾਸ)

ਪੰਚਸਖਾ ਵਿੱਚੋਂ ਮਹਾਂਪੁਰਖ ਸ਼੍ਰੀ ਸ਼ਿਸ਼ੂ ਅਨੰਤ ਦਾਸ ਜੀ ਮਹਾਰਾਜ ਨੇ ਆਪਣੇ ਗ੍ਰੰਥ 'ਮਹਾਗੁਪਤ ਪਦਮਾਕਲਪ' ਵਿੱਚ ਕਲਯੁਗ ਬਾਰੇ ਕਿਹਾ ਹੈ ਕਿ ਕਲਯੁਗ 5000 ਸਾਲਾਂ ਵਿੱਚ ਪੂਰਾ ਹੋ ਜਾਵੇਗਾ ਅਤੇ ਫਿਰ ਭਗਤਾਂ ਦਾ ਪ੍ਰਕਾਸ਼ ਹੋਵੇਗਾ ਅਤੇ ਪ੍ਰਮਾਤਮਾ ਦੀ ਲੀਲਾ ਹੋਵੇਗੀ।

" ਬਾਰੰਗ ਬੋਲਈ ਸ਼ੁਨਿਮਾ ਗੋਸਾਈਂ ਕੁਹ ਭਵਿਸ਼ਯ ਬਿਚਾਰ,
ਕੇਤੇਬੇਲੇ ਕਲਕਿ ਅਵਤਾਰ ਹੇਬੇ ਸ਼ੁਨਈ ਮੁਖੁ ਤੁੰਭਰ ॥
ਸ਼ਿਸ਼ੂ ਬੋਲੰਤਿ ਹੇ ਸ਼ੂਨਿਮਾ ਬਾਰੰਗ ਕਲੰਕੀ ਸਵਰੂਪ ਹੋਈ,
ਯੁਗ ਸੰਧੀ ਪਾਂਚ ਸਹਸਤ੍ਰ ਬਰਸ਼ ਜੇਬੇ ਜਿਬ ਭੋਗ ਹੋਈ ।

ਜੇਸਨੇਕ ਨਿਸ਼ੀ ਪਾਹਿਲਾ ਪ੍ਰਭਾਤ ਯੁਗ ਸੰਧੀ ਏਹਾ ਜਾਂਚ,
ਸਮਕਸ਼ਰਾ ਬਤਾ ਸ਼ੁਣਿ ਆਦਿਕਰਿ ਪ੍ਰਮਾਣ ਇਹਾਕੁ ਕਰ,
ਸਬੁ ਏਕ ਠਾਬੇ ਮਿਸ਼ਾਈ ਕਹਿਣ ਕਰਿਬੁ ਪਾਂਚ **ਹਜ਼ਾਰ** ।
ਏਹਿ ਸਮਯ ਕੁ ਲਯੇ ਕਰਿਖਿਬੁ ਕਹਿਲਿ ਹੇ ਬਾਬੁ ਤੋਤੇ,
ਠਿਕਰੇ ਏ ਕਥਾ ਦੇਖਾਈ ਕਹਿਲੁ ਰਖਿਖਿਬੁ ਹ੍ਰਦ ਗਤੇ।
(ਆਗਤ ਭਵਿਸ਼ਯਤ ਸ਼ਿਸ਼ੁ ਅਨੰਤ)

ਫਿਰ ਮਹਾਂਪੁਰਖ ਸ਼੍ਰੀ ਸ਼ਿਸ਼ੂ ਅਨੰਤ ਜੀ ਮਹਾਰਾਜ ਆਪਣੇ ਗ੍ਰੰਥ **'**ਆਗਤ **ਭਾਵਿਸ਼ਯਤ' ਵਿੱਚ ਆਪਣੇ ਚੇਲੇ ਬਾਰੰਗ ਦੇ ਸਵਾਲ ਦਾ ਜਵਾਬ ਦਿੰਦੇ ਹੋਏ ਕਹਿੰਦੇ ਹਨ ਕਿ, ਕਲਯੁਗ ਦੀ** ਸੰਧਿਆ **ਭਾਵ ਸੰਗਮ ਯੁਗ ਵਿੱਚ ਭਗਵਾਨ ਨਾਰਾਇਣ ਕਲਕਿ ਅਵਤਾਰ ਧਾਰਨ ਕਰਨਗੇ ਅਤੇ ਨਾਲ ਹੀ ਕਲਯੁਗ ਨੂੰ 5000 ਸਾਲ ਬੀਤ ਗਏ ਹੋਣਗੇ** |

"ਸੰਬਸ਼ਚਰ ਪਾਂਚ ਸਹਸਤ੍ਰ ਕਲਿ ਹੋਇਬ ਸ਼ੇਸ਼,
ਸਤਯ ਯੁਗ ਆਦ੍ਯ ਹੋਇਬ ਸ਼ੁਭ ਜੋਗੇ ਪ੍ਰਕਾਸ਼।
ਸਾਧੂ ਸੰਤ ਮਾਨੇ ਬਸਿਬੇ ਸਭਾ ਆਰੰਭ ਕਰਿ,
ਸੇਹਿ ਸਮਸਤ ਅੰਕੂ ਪੁਜੇਬੇ ਪਟੁਆਰ ਆਬੋਰੀ।
ਹਰਿ ਸ਼ਬਦ ਰੇ ਮਾਤਿਬੇ ਹਰਿ ਭਕਤ ਮਾਨੇ,
ਹਰਸ਼ ਹੋਇਬੇ ਹ੍ਰਦ **ਰੇ** ਦੁਖੀ ਦਰਿਦ੍ਰ ਮਾਨੇ॥
ਫਿਟਿਬ ਪ੍ਰਜਾ ਅੰਕ ਕਸ਼ਣ ਕਸ਼ਟ ਹੋਇਬ ਨਾਸ਼,
ਕਸ਼ਮੇ ਹਾਡਿ ਦਾਸ ਭਣਿਲੇ ਆਗਤ ਜੇ ਭਵਿਸ਼ਯ।
(ਕਲਿ ਚਉਤੀਸਾ- ਹਾਡਿ ਦਾਸ **)**

ਪੰਚਸਖਾਂ ਦੇ ਦੇਹ ਤਿਆਗਣ **ਤੋਂ ਬਾਅਦ ਉੜੀਸਾ ਵਿੱਚ ਛਤੀਆ ਬਟ ਦੇ ਮਹੰਤ ਅਤੇ ਪ੍ਰਸਿੱਧ ਮਹਾਂਪੁਰਖ** ਹਾਡੀ ਦਾਸ **ਜੀ ਮਹਾਰਾਜ** ਜਿਨ੍ਹਾਂ ਨੂੰ **ਮਹਾਂਪੁਰਖ ਅਚਯੁਤਾਨੰਦ ਜੀ ਦੇ ਨੌਵੇਂ ਜਨਮ ਵਜੋਂ ਮਲਿਕਾ ਸ਼ਾਸਤਰ ਵਿੱਚ ਸਬੂਤ ਦਿੱਤੇ ਗਏ ਹਨ** । ਉਹ ਵੀ ਅਪਣੀ ਦਿਵਯ ਦਰਿਸ਼ਟੀ ਨਾਲ

ਅਪਣੇ ਗ੍ਰੰਥ 'ਕਲੀ ਚੌਤੀਸਾ' ਵਿੱਚ ਭਗਤਾਂ ਅਤੇ ਮਨੁੱਖੀ ਸਮਾਜ ਦੀ ਭਲਾਈ ਲਈ ਚੇਤਾਵਨੀ ਦਿੰਦੇ ਹੋਏ ਲਿਖਿਆ ਹੈ ਕਿ 5000 ਸਾਲ ਚ ਕਲਯੁਗ ਖਤਮ ਹੋ ਜਾਵੇਗਾ ਅਤੇ ਉਸ ਤੋਂ ਬਾਅਦ ਸੰਧਿਆ ਯੁਗ ਭਾਵ ਆਦਿ ਸਤਯੁਗ ਦਾ ਪ੍ਰਕਾਸ਼ ਹੋਵੇਗਾ।

ਇਸ ਸਮੇਂ ਹੀ ਭਗਵਾਨ ਕਲਕਿਰਾਮ ਧਰਤੀ 'ਤੇ ਮਨੁੱਖੀ ਰੂਪ ਵਿਚ ਅਵਤਾਰ ਧਾਰਨ ਕਰਨਗੇ ਅਤੇ ਪਾਪਾਂ ਨੂੰ ਖਤਮ ਕਰਕੇ ਸਮਾਜ ਨੂੰ ਬਚਾਉਣਗੇ ਅਤੇ ਫਿਰ ਤੋਂ ਸਾਰੀ ਦੁਨੀਆ ਵਿਚ ਸੱਚ, ਸ਼ਾਂਤੀ, ਦਿਆ, ਖਿਮਾ, ਮਿਤਰਤਾ ਅਤੇ ਧਰਮ ਦੀ ਸਥਾਪਨਾ ਕਰਨਗੇ। ਉਸ ਸਮੇਂ ਭਗਵਾਨ ਕਲਕਿ ਸੰਸਾਰ ਵਿੱਚ ਸਨਾਤਨ ਧਰਮ ਦੀ ਸਥਾਪਨਾ ਕਰਨਗੇ| ਸਾਧੂ ਸੰਤ ਲੋਕ ਪਿੰਡਾਂ, ਸ਼ਹਿਰਾਂ, ਦੇਸ਼ਾਂ ਅਤੇ ਪੂਰੀ ਦੁਨੀਆ ਵਿੱਚ ਸਨਾਤਨ ਧਰਮ ਦਾ ਪ੍ਰਚਾਰ ਕਰਣਗੇ। ਸੰਤਾਂ ਸੱਜਣਾਂ ਦੇ ਦੁੱਖ ਦੂਰ ਹੋ ਜਾਣਗੇ ਅਤੇ ਦੁਸ਼ਟਾਂ ਦਾ ਨਾਸ਼ ਹੋ ਜਾਵੇਗਾ। ਸ਼ਰਧਾਲੂਆਂ ਲਈ ਸ਼ੁਭ ਅਤੇ ਖੁਸ਼ਹਾਲ ਦਿਨ ਆਉਣਗੇ। ਪੂਰੀ ਦੁਨੀਆ ਵਿਚ ਸੱਚ ਦਾ ਮਾਹੌਲ ਦਿਖਾਈ ਦੇਵੇਗਾ।

"ਨਿਸ਼ਵ ਅਵਤਾਰ ਅਬਨੀ ਉਪਰ ਨਿਲਾਂਬਰ ਪੁਰ ਬਾਸ,
ਨਿਸ਼ਚੇ ਪਾਂਚ ਸਸਤ੍ਰ ਭੋਗ ਰੇ ਅੰਤੇਨ ਹੋਇਥਿਬੁ ਜੇ ਨਰੇਸ਼।
(ਉਦ੍ਧਵ ਭਗਤੀ ਪ੍ਰਦਾਇਨੀ- ਅਚਯੁਤਾਨੰਦ)

ਮਹਾਂਪੁਰਖ ਅਚਯੁਤਾਨੰਦ ਜੀ ਦੇ ਗ੍ਰੰਥ ' ਉਦ੍ਧਵ ਭਗਤੀ ਪ੍ਰਦਾਇਨੀ' ਵਿੱਚ ਸ਼੍ਰੀ ਕ੍ਰਿਸ਼ਨ ਅਤੇ ਉਦ੍ਧਵ ਦੇ ਵਿਚਕਾਰ ਇੱਕ ਬਿਰਤਾਂਤ ਹੈ ਅਤੇ ਉਦ੍ਧਵ ਜੀ ਦੇ ਸਵਾਲ ਦਾ ਜਵਾਬ ਦਿੰਦੇ ਹੋਏ, ਭਗਵਾਨ ਕ੍ਰਿਸ਼ਨ ਕਹਿੰਦੇ ਹਨ ਕਿ, ਕਲਯੁਗ ਦੇ ਪੰਜ ਹਜ਼ਾਰ ਸਾਲ ਦਾ ਭੋਗ ਹੋਣ ਤੋਂ ਬਾਅਦ, ਮਹਾਪ੍ਰਭੂ ਆਪਣੇ ਨੀਲਾਂਚਲ ਧਾਮ ਨੂੰ ਛੱਡ ਕੇ ਕਲਕਿ ਅਵਤਾਰ ਦੇ ਰੂਪ ਵਿੱਚ ਮਨੁੱਖੀ ਸਰੀਰ ਨੂੰ ਗ੍ਰਹਿਣ ਕਰਨਗੇ।

"ਚਾਹਟਿਬ ਲੀਲਾ ਤੂੰ ਚਾਰਿ ਰੇ ਮਿਸ਼ਾ ਏਕ,
ਚੜਾ ਤਿਨਿ ਸ਼ੁਨ ਤਹਿੰ ਜੇਤੇ ਹੇਲਾ ਠੀਕ।
ਚਲਿਜਿਬ ਘੋਰ ਕਲਿ ਗਲਿਦੇਬੇ ਮਿਲਿ,

ਚੇਤਾਇਨ ਗੀਤੇ ਕਹੇ ਅਚਿਉਤ ਜੇ ਭਾਲਿ॥ "
(ਭਵਿਸ਼ਯਤ ਮਲਿਕਾ -ਅਚਯੁਤਾਨੰਦ)

ਫਿਰ ਉਹ ਮਹਾਪੁਰਖ ਅਚਯੁਤਾਨੰਦ ਜੀ ਆਪਣੇ ਗ੍ਰੰਥ **'ਭਾਵਿਸ਼ਯਤ ਮਲਿਕਾ' ਵਿੱਚ ਕਹਿੰਦੇ ਹਨ ਕਿ ਕਲਯੁਗ ਦੇ ਪੰਜ ਹਜ਼ਾਰ ਸਾਲ ਪੂਰੇ ਹੋਣ 'ਤੇ ਭਗਵਾਨ ਕਲਕਿ ਅਵਤਾਰ ਧਾਰਨ ਕਰਨਗੇ ਅਤੇ ਲੀਲਾ ਕਰਨਗੇ।**

"ਕਲਯੁਗ ਪਾਂਚ ਸਹਸਤ੍ਰ ਗਲੇ ,
ਬਿਸ਼ਨੁ ਜੇ ਜਨਮ ਹੋਇਬੇ ਭਲੇ।
ਪਾਂਚ ਸਹਸਤ੍ਰ ਰੇ ਨਰ ਸ਼ਰੀਰੇ,
ਬਿਸ਼ਨੁ ਜੇ ਰਾਜੁਤਿ ਖਰਿਬੇ ਭਲੇ" ॥
(ਪੱਟ੍ਟਾ ਮਡਾਣ -ਸ਼ਿਸ਼ੁ ਅਨੰਤ)

ਮਹਾਂਪੁਰਖ ਸ਼ਿਸ਼ੂ ਅਨੰਤ ਜੀ ਮਹਾਰਾਜ ਆਪਣੇ ਮਲਿਕਾ ਗ੍ਰੰਥ 'ਪੱਟਾ ਮਡਾਣ' **ਵਿੱਚ ਇਹੀ ਪ੍ਰਮਾਣ ਦਿੰਦੇ ਹਨ ਕਿ, ਪੰਜ ਹਜ਼ਾਰ ਸਾਲਾਂ ਵਿੱਚ ਕਲਯੁਗ ਦੇ ਅੰਤ ਵਿੱਚ, ਭਗਵਾਨ ਵਿਸ਼ਨੂੰ ਮਨੁੱਖੀ ਰੂਪ ਵਿੱਚ** ਚੌਂਠ ਕਲਾਂ ਸੰਪੂਰਨ **ਕਲਕਿ ਅਵਤਾਰ ਵਿੱਚ ਧਰਤੀ 'ਤੇ ਆਉਣਗੇ, ਅਤੇ ਸੰਸਾਰ 'ਤੇ ਰਾਜ ਕਰਨਗੇ।**

"ਏ ਜੇ ਸੁਬਾਹੁ ਜੁਗ ਕਲਿ,
ਕਸ਼ਿਣ **ਆਯੁਸ਼ ਮਹਾਬਲੀ ।**
ਪਾਪੇ ਸਕਲ ਕਸ਼ਯ ਜਿਬ,
ਪਾਂਚ ਸਹਸਤ੍ਰ ਭੋਗ ਹੇਬ । "
(ਆਦਿ ਸੰਹਿਤਾ- ਅਚਯੁਤਾਨੰਦ)

ਮਹਾਂਪੁਰਖ ਅਚਯੁਤਾਨੰਦ ਜੀ ਨੇ ਆਪਣੇ ਗ੍ਰੰਥ **'ਆਦਿ ਸੰਹਿਤਾ' ਵਿੱਚ ਲਿਖਿਆ ਹੈ ਕਿ ਕਲਯੁਗ ਦੀ ਉਮਰ 4,32,000 ਸਾਲ ਹੈ। ਪਰ ਮਨੁੱਖ ਦੇ ਪਾਪੀ ਕਰਮਾਂ ਸਦਕਾ ਕਲਯੁਗ ਦਾ ਸਾਰਾ ਜੀਵਨ ਘਟ ਜਾਵੇਗਾ ਤੇ** ਸਿਰਫ **ਪੰਜ ਹਜ਼ਾਰ ਸਾਲ ਹੀ ਭੋਗ** ਹੋਵੇਗਾ।

ਮਹਾਪੁਰਖ ਅਚਯੁਤਾਨੰਦ ਜੀ ਅਤੇ ਸਾਰੇ ਮਹਾਪੁਰਖਾਂ ਦੇ ਗ੍ਰੰਥਾਂ ਤੋਂ ਇਹ ਸਿੱਧ ਹੁੰਦਾ ਹੈ ਕਿ ਕਲਯੁਗ ਦਾ ਕੁਲ ਸਮਾਂ 4,32,000 ਸਾਲ ਹੈ। ਪਰ ਮਨੁੱਖ ਦੁਆਰਾ ਕੀਤੇ ਘੋਰ ਪਾਪ ਕਰਮਾਂ ਕਾਰਨ ਉਮਰ ਦੇ ਨਾਸ਼ ਹੋਣ ਕਾਰਨ, ਕਲਯੁਗ ਕੇਵਲ ਪੰਜ ਹਜ਼ਾਰ ਸਾਲ ਹੀ ਭੋਗੇਗਾ। ਉਸ ਸਮੇਂ ਸੰਗਮ ਯੁੱਗ ਵਿੱਚ ਭਗਵਾਨ ਕਲਕਿ ਅਵਤਾਰ ਧਾਰਨ ਕਰਕੇ ਧਰਮ ਦੀ ਸਥਾਪਨਾ ਦਾ ਕੰਮ ਕਰਨਗੇ।

ਅਧਿਆਇ- 4

ਕਿਹੜੇ-ਕਿਹੜੇ ਪਾਪ ਕਰਮਾਂ ਦੁਆਰਾ ਕਲਿਯੁਗ ਦਾ ਪਤਨ ਹੋਵੇਗਾ?

ਕਲਯੁਗ ਦੀ ਚਤੁਰਯੁਗ ਗਣਨਾ ਦੇ ਅਨੁਸਾਰ, 4,32,000 ਸਾਲ ਦਾ ਭੋਗ ਹੋਣਾ ਚਾਹੀਦਾ ਹੈ। ਪਰ ਮਨੁੱਖ ਦੇ ਪਾਪ ਕਰਮਾਂ ਕਾਰਨ, ਕਲਯੁਗ ਦੀ ਉਮਰ ਬਹੁਤ ਘੱਟ ਹੋ ਜਾਂਦੀ ਹੈ। ਭਵਿਸ਼ਯ ਮਲਿਕਾ ਦੇ ਅਨੁਸਾਰ, ਉਨ੍ਹਾਂ ਸਾਰੇ 35 ਕਿਸਮਾਂ ਦੇ ਪਾਪਾਂ ਦੇ ਨਾਮ ਜਿਨ੍ਹਾਂ ਕਾਰਨ ਕਲਯੁਗ ਦੀ ਉਮਰ ਖਤਮ ਹੋ ਗਈ ਹੈ , ਦਾ ਵਰਣਨ ਹੇਠ ਲਿਖੇ ਅਨੁਸਾਰ ਕੀਤਾ ਗਿਆ ਹੈ:

1. ਪਿਤ੍ਰ ਹੱਤਿਆ (ਪਿਤਾ ਜੀ ਦਾ ਕਤਲ)
2. ਮਾਤ੍ਰ ਹੱਤਿਆ (ਮਾਂ ਦਾ ਕਤਲ)
3. ਇਸਤ੍ਰੀ ਹੱਤਿਆ (ਔਰਤਾਂ ਦਾ ਕਤਲ)
4. ਸ਼ਿਸ਼ੂ ਹੱਤਿਆ (ਬੱਚੇ ਦੀ ਹੱਤਿਆ)
5. ਗੋ ਹੱਤਿਆ (ਗਊ ਹੱਤਿਆ)
6. ਬ੍ਰਹਮ ਹੱਤਿਆ (ਬ੍ਰਾਹਮਣ ਹੱਤਿਆ)
7. ਭਰੂਣ ਹੱਤਿਆ (ਭਰੂਣ ਹੱਤਿਆ)
8. ਮਾਤ੍ਰ ਹਰਣ (ਮਾਂ ਦਾ ਅਗਵਾ)
9. ਭਗਣੀ ਹਰਣ (ਭੈਣ ਦਾ ਅਗਵਾ)
10. ਕੰਨਿਆ ਹਰਣ (ਕੰਨਿਆ ਅਗਵਾ)
11. ਭਰਾਤ੍ਰ ਵਧੁ ਹਰਣ (ਭਰਾਤ੍ਰ ਵਧੁ ਅਗਵਾ)
12. ਵਿਧਵਾ ਇਸਤ੍ਰੀ ਹਰਣ (ਵਿਧਵਾ ਔਰਤ ਅਗਵਾ)
13. ਪਰਾਈ ਇਸਤਰੀ ਹਰਣ (ਪਰਾਈ ਇਸਤਰੀ ਅਗਵਾ)

14. ਇਸਤ੍ਰੀ ਹਰਣ (ਔਰਤ ਦਾ ਅਗਵਾ)

15. ਗਰਭਵਤੀ ਇਸਤਰੀ ਹਰਣ (ਗਰਭਵਤੀ ਔਰਤ ਦਾ ਅਗਵਾ)

16. ਕੁਮਾਰੀ ਹਰਣ (ਕੁੰਵਾਰੀ ਕੰਨਿਆ ਦਾ ਅਗਵਾ)

17. ਪਸ਼ੂ ਹਰਣ (ਜਾਨਵਰਾਂ ਦਾ ਅਗਵਾ)

18. ਭੂਮੀ ਹਰਣ (ਭੂਮੀ ਦਾ ਕਬਜਾ)

19. ਪਰਾਇਆ ਧਨ ਹਰਣ (ਪਰਾਏ ਪੈਸੇ ਦੀ ਚੋਰੀ ਕਰਨਾ)

20. ਮਲੇਛ ਵੇਸ਼ ਧਾਰਣ

21. ਅਭਕਸ਼ਯ ਭਕਸ਼ਣ (ਅਣ ਉਚਿਤ ਭੋਜਨ)

22. ਅਗਮਯ ਮੇਂ ਗਮਨ (ਅਪਹੁੰਚ ਤੋਂ ਗੈਰ-ਮੌਜੂਦਗੀ ਵੱਲ ਵਧਣਾ)

23. ਅਤਿ ਨਿਰਾਸ਼ (ਬਹੁਤ ਹੀ ਨਿਰਾਸ਼)

24. ਕੁਟੁੰਬ ਵਿਰਾਗਯ (ਪਰਿਵਾਰ ਤੋਂ ਦੂਰੀ ਬਣਾਉਣਾ)

25. ਮਿਤ੍ਰ ਕੇ ਸਾਥ ਕਪਟ (ਆਪਣੇ ਦੋਸਤ ਨਾਲ ਧੋਖਾ ਕਰਨਾ)

26. ਵਿਸ਼ਵਾਸ ਘਾਤਕ (ਵਿਸ਼ਵਾਸ ਤੋੜਨਾ)

27. ਨਿਮਨ ਜਾਤਿ ਕੇ ਸੰਗ ਪ੍ਰੀਤ ਕਰਨਾ (ਨੀਵੀਂ ਜਾਤ ਨਾਲ ਪਿਆਰ)

28. ਨਗਨ ਸਨਾਨ ਕਰਨਾ (ਨੰਗੇ ਇਸ਼ਨਾਨ ਕਰਨਾ)

29. ਨਗਨ ਸ਼ਯਨ ਕਰਨਾ (ਨੰਗੇ ਸੌਣਾ)

30. ਮਿਥਯਾ ਭਾਸ਼ਣ (ਝੂਠੀ ਬੋਲੀ)

31. ਸ਼ਾਸਤ੍ਰੌਂ ਕੀ ਨਿੰਦਾ ਕਰਨਾ (ਸ਼ਾਸਤ੍ਰਾਂ ਦੀ ਨਿੰਦਾ ਕਰਨਾ)

32. ਗੌ ਚਾਰਣ , ਸ਼ਮਸ਼ਾਨ ਭੂਮੀ ਅਧਿਗ੍ਰਹਣ (ਗਊ ਚਰਾਗਾਹ, ਸ਼ਮਸ਼ਾਨ ਭੂਮੀ ਤੇ ਕਬਜਾ)

33. ਮਾਤਾ ਤੁਲਸੀ ਜੀ ਦੀ ਪੂਜਾ ਨਾ ਕਰਨਾ (ਮਾਤਾ ਤੁਲਸੀ ਜੀ ਦੀ ਪੂਜਾ ਨਾ ਕਰਨਾ)

34. ਵਿਸ਼ਣੁ ਪ੍ਰਤਿਮਾ ਕੋ ਨਾ ਪੂਜਨਾ (ਭਗਵਾਨ ਵਿਸ਼ਨੂੰ ਦੀ ਮੂਰਤੀ ਦੀ ਪੂਜਾ ਨਾ ਕਰਨਾ)

35. ਪਿਤਾ ਮਾਤਾ ਕੀ ਭਕਤੀ ਨਾ ਕਰਨਾ (ਮਾਪਿਆਂ ਦੀ ਸੇਵਾ ਨਾ ਕਰਨਾ)

ਉਪਰੋਕਤ ਕੀਤੇ ਪਾਪ ਕਰਮਾਂ ਸਦਕਾ ਕਲਯੁਗ ਦੀ ਉਮਰ ਨਾਸ ਹੋ ਜਾਵੇਗੀ ਅਤੇ ਕੇਵਲ 5000 ਸਾਲ ਹੀ ਭੋਗ ਹੋਣਗੇ। ਇਹ ਸਾਰੀਆਂ ਗੱਲਾਂ ਮਹਾਂਪੁਰਸ਼ ਅਚਯੁਤਾਨੰਦ ਜੀ ਨੇ ਆਪਣੇ ਗ੍ਰੰਥ 'ਊਧਵ ਭਗਤੀ ਪ੍ਰਦਯਿਨੀ' ਵਿੱਚ ਲਿਖੀਆਂ ਹਨ। ਇਸ ਵਿੱਚ ਊਧਵ ਜੀ ਅਤੇ ਮਹਾਪ੍ਰਭੂ ਸ਼੍ਰੀ ਕ੍ਰਿਸ਼ਨ ਜੀ ਦਰਮਿਆਨ ਹੋਈ ਗੱਲਬਾਤ ਅਤੇ ਊਧਵ ਜੀ ਦੇ ਕਲਯੁਗ ਦੇ ਅੰਤ ਬਾਰੇ ਪੁੱਛੇ ਗਏ ਪ੍ਰਸ਼ਨਾਂ ਦੇ ਉੱਤਰ ਦਿੰਦੇ ਹੋਏ ਭਗਵਾਨ ਸ਼੍ਰੀ ਕ੍ਰਿਸ਼ਨ ਜੀ ਨੇ ਸਪੱਸ਼ਟ ਕੀਤਾ ਹੈ ਕਿ -

"ਚਾਰਿ ਲਕਸ਼ ਅਟੇ ਬਤਿਸ ਸਹਸਤ੍ਰ ਆਯੁਸ਼ ਏ ਕਲਿਯੁਗ।
ਪਾਪ ਬਡ਼ਿਬਾਰੂ ਆਯੁ ਕਟਿਜਿਬ ਅਲਪ ਹੋਇਬ ਭੋਗ। "
('ਉਦ੍ਧਵ ਭਗਤਿ ਪ੍ਰਦਾਯਿਨਿ - ਅਚਯੁਤਾਨੰਦ)

ਵਿਆਖਿਆ :-

ਕਲਯੁਗ ਦੀ ਉਮਰ ਸਿਰਫ 5,000 ਸਾਲ ਹੀ ਭੋਗ ਹੋਵੇਗੀ।
ਦਵਾਪਰ ਯੁਗ ਵਿੱਚ ਭਗਵਾਨ ਕ੍ਰਿਸ਼ਨ ਦੇ ਨਾਲ ਉਨ੍ਹਾਂ ਦਾ ਸਭ ਤੋਂ ਚੰਗੇ ਮਿੱਤਰ ਅਰਜੁਨ ਵੀ ਹਨ ਅਤੇ ਉਸ ਸਮੇਂ ਅਰਜੁਨ ਮਹਾਪ੍ਰਭੂ ਸ਼੍ਰੀ ਕ੍ਰਿਸ਼ਨ ਨੂੰ ਕਲਯੁਗ ਦੇ ਅੰਤ ਸਮੇਂ ਧਰਮ ਦੀ ਸਥਾਪਨਾ ਅਤੇ ਭਗਵਾਨ ਕਲਕੀ ਜੀ ਦੇ ਅਵਤਾਰ ਬਾਰੇ ਸਵਾਲ ਕਰਦੇ ਹਨ। ਤਾਂ ਫਿਰ ਭਗਵਾਨ ਕ੍ਰਿਸ਼ਨ ਅਰਜੁਨ ਨੂੰ ਬਹੁਤ ਸਾਰੀਆਂ ਲੀਲਾਵਾਂ ਸੁਣਾਉਂਦੇ ਹਨ। ਮਹਾਂਪੁਰਖ ਅਚਯੁਤਾਨੰਦ ਜੀ ਮਹਾਰਾਜ ਨੇ ਆਪਣੇ ਕਈ ਗ੍ਰੰਥਾਂ ਜਿਵੇਂ ਚੌਸ਼ਠੀ ਪਟਲ , ਨੀਲ ਸੁੰਦਰ ਗੀਤਾ ਆਦਿ ਵਿੱਚ ਵੀ ਇਹੀ ਗੱਲਾਂ ਬਿਆਨ ਕੀਤੀਆਂ ਹਨ ।

ਅਰਜੁਨ ਨੇ ਮਹਾਪ੍ਰਭੂ ਸ਼੍ਰੀ ਕ੍ਰਿਸ਼ਨ ਜੀ ਨੂੰ ਪੁੱਛਿਆ ਹੈ ਕਿ ਕੀ ਕਲਯੁਗ ਦੀ ਉਮਰ 4,32,000 ਸਾਲ ਤੱਕ ਭੋਗਣਾ ਨਿਸ਼ਚਤ ਸੀ ਅਤੇ ਪਾਪਾਂ ਕਾਰਨ ਕਲਯੁਗ ਦਾ ਨਾਸ਼ ਹੋ ਕੇ ਸਿਰਫ 5000 ਸਾਲ ਭੋਗ ਹੋਣਗੇ ਤਾਂ "ਹੇ ਪ੍ਰਭੂ! ਹੁਣ ਇਹ ਦੱਸ ਕਿ ਕਿਹੜੇ-ਕਿਹੜੇ ਪਾਪਾਂ ਨਾਲ ਕਲਯੁਗ ਦੀ ਉਮਰ ਨਾਸ ਹੋ ਜਾਵੇਗੀ"।

ਫਿਰ ਭਗਵਾਨ ਸ਼੍ਰੀ ਕ੍ਰਿਸ਼ਨ ਮੁੱਖ ਤੌਰ 'ਤੇ ਦੱਸਦੇ ਹਨ ਕਿ ਕਿਹੜੇ-ਕਿਹੜੇ ਪਾਪ ਕਰਮਾਂ ਕਾਰਨ ਕਲਯੁਗ ਦੀ ਉਮਰ ਦੇ ਕਿੰਨੇ ਸਾਲ ਖਤਮ ਹੋ ਜਾਣਗੇ । :-

* ਝੂਠ ਬੋਲਣ ਦੇ ਕਾਰਨ: 5000 ਸਾਲ``

* ਗੰਗਾ ਵਿੱਚ ਨੰਗੇ ਹੋ ਕੇ ਨਹਾਉਣਾ: 12000 ਸਾਲ
* ਦਵਿਜ ਨੂੰ ਕਿਤੇ ਹੋਰ ਪਿਆਰ ਕਰਨ ਤੋਂ: 30000 ਸਾਲ
* ਦੋਸਤ ਵੱਲੋਂ ਧ੍ਰੋਹ ਦੇ ਪਾਪ ਤੋਂ: 6000 ਸਾਲ
* ਭਗਵਾਨ ਮਹਾਵਿਸ਼ਨੂੰ ਦੀ ਮੂਰਤੀ ਦੀ ਪੂਜਾ ਨਾ ਕਰਨਾ: 17000 ਸਾਲ
* ਮਾਤਾ ਤੁਲਸੀ ਦੇਵੀ ਦੀ ਪੂਜਾ ਨਾ ਕਰਨਾ: 5000 ਸਾਲ
* ਮਹਿਮਾਨਾਂ ਦੀ ਸੇਵਾ ਨਾ ਕਰਨਾ : 6000 ਸਾਲ
* ਭਰਾ ਨਾਲ ਧ੍ਰੋਹ ਦੇ ਪਾਪ ਤੋਂ: 40000 ਸਾਲ
* ਨਾ ਖਾਣ ਯੋਗ ਖੁਰਾਕ ਤੋਂ: 8000 ਸਾਲ
* ਦੂਜਿਆਂ ਦਾ ਪੈਸਾ ਖੋਹਣਾ: 10000 ਸਾਲ
* ਗਊ ਹੱਤਿਆ ਦੇ ਪਾਪ ਤੋਂ: 100,000 ਸਾਲ
* ਦਾਨ ਦੀ ਦੁਰਵਰਤੋਂ ਕਰਨ ਤੋਂ: 14000 ਸਾਲ
* ਵਿਧਵਾ ਔਰਤਾਂ ਨਾਲ ਵਿਭਚਾਰ ਤੋਂ: 24000 ਸਾਲ
* ਜਾਨਵਰਾਂ ਨੂੰ ਮਾਰਨ ਦੇ ਪਾਪ ਤੋਂ: 11000 ਸਾਲ
* ਜਾਤ, ਧਰਮ, ਰੰਗ ਦੇ ਨਿਯਮਾਂ ਦੀ ਪਾਲਣਾ ਨਾ ਕਰਨਾ: 12000 ਸਾਲ
* ਭਰੂਣ ਹੱਤਿਆ ਦੇ ਪਾਪ ਤੋਂ: 7000 ਸਾਲ
* ਔਰਤ-ਹੱਤਿਆ ਦੇ ਪਾਪ ਤੋਂ: 32000 ਸਾਲ
* ਗਊ ਚਰਾਉਣ ਅਤੇ ਸ਼ਮਸ਼ਾਨਘਾਟ ਖੋਹਣ ਤੋਂ :40,000 ਸਾਲ
* ਮਾਂ ਨੂੰ ਅਗਵਾ ਦੇ ਪਾਪ ਤੋਂ: 5000 ਸਾਲ

* ਧੋਖਾ ਦੇਣ ਦੇ ਪਾਪ ਤੋਂ: 40,000 ਸਾਲ

* ਮਾਪਿਆਂ ਦੇ ਕਤਲ ਅਤੇ ਹੋਰ ਪਾਪਾਂ ਤੋਂ: 3000 ਸਾਲ

ਇਸ ਤਰ੍ਹਾਂ ਕਲਯੁਗ 4,32,000 ਸਾਲ ਤੋਂ ਘਟ ਕੇ 4,27,000 ਸਾਲ ਨਸ਼ਟ ਹੋ ਕੇ ਸਿਰਫ 5,000 ਸਾਲ ਰਹਿ ਜਾਵੇਗਾ।

ਉਪਰੋਕਤ ਵਿਚਾਰਾਂ, ਵੱਖ-ਵੱਖ ਗ੍ਰੰਥਾਂ, ਪੁਰਾਣਾਂ ਅਤੇ ਮਲਿਕਾ ਗ੍ਰੰਥਾਂ ਤੋਂ ਸਿੱਧ ਹੁੰਦਾ ਹੈ ਕਿ ਬਹੁਤ ਸਾਰੇ ਪਾਪ ਕਰਮਾਂ ਕਰਕੇ ਕਲਯੁਗ ਦੀ ਉਮਰ ਖਤਮ ਹੋ ਜਾਂਦੀ ਹੈ ਅਤੇ ਇਸ ਕਲਯੁਗ ਦੀ ਉਮਰ ਵੀ ਇਸੇ ਤਰ੍ਹਾਂ ਹੀ ਖਤਮ ਹੋ ਜਾਵੇਗੀ ਅਤੇ ਸਿਰਫ 5000 ਸਾਲ ਹੀ ਭੋਗ ਹੋਣਗੇ। ਇਸ ਦੇ ਨਾਲ ਹੀ ਸ਼ਾਸਤ੍ਰਾਂ ਅਤੇ ਪੁਰਾਣਾਂ 'ਚ ਵਰਣਿਤ ਗਿਣਤੀਆਂ-ਮਿਣਤੀਆਂ ਅਨੁਸਾਰ ਵਰਤਮਾਨ ਕਲਯੁਗ 5125 ਸਾਲ ਤੋਂ ਚੱਲ ਰਿਹਾ ਹੈ ਭਾਵ ਕਲਯੁਗ ਪੂਰੀ ਤਰ੍ਹਾਂ ਖਤਮ ਹੋ ਚੁੱਕਾ ਹੈ।

ਅਧਿਆਇ-5

ਧਰਮਸੰਸਥਾਪਨਾ ਲਈ ਭਗਵਾਨ ਵਿਸ਼ਨੂੰ ਦਾ ਦਸ਼ ਅਵਤਾਰ -

ਸ੍ਰੀਮਦ ਭਗਵਤਮ ਗੀਤਾ ਵਿੱਚ ਭਗਵਾਨ ਕ੍ਰਿਸ਼ਨ ਨੇ ਅਰਜੁਨ ਨੂੰ ਕਿਹਾ ਹੈ:

"ਯਦਾ ਯਦਾ ਹੀ ਧਰਮਸਯ ਗਲਾਨਿਰਭਵਤੀ ਭਾਰਤ।
ਅਭਯੁਤਥਾਨਮਧਰਮਸਯ ਤਦਾਤਮਾਨਾਮ ਸ੍ਰਜਾਮਯਹਮ॥
ਪਰਿਤ੍ਰਾਣਾਯ ਸਾਧੁਨਾਮ ਵਿਨਾਸ਼ਾਯ ਚ ਦੁਸ਼ਕ੍ਰਤਾਮ ।
ਧਰਮ ਸੰਸਥਾਪਨਾਰਥਾਯ ਸਮਭਵਾਮਿ ਯੁਗੇ ਯੁਗੇ ॥ "

ਵਿਆਖਿਆ (ਭਾਵ):-

ਉਪਰੋਕਤ ਸਲੋਕ ਵਿੱਚ ਸਪੱਸ਼ਟ ਲਿਖਿਆ ਹੈ ਕਿ " ਜਦੋਂ ਵੀ ਧਰਮ ਦਾ ਨੁਕਸਾਨ ਹੁੰਦਾ ਹੈ, ਅਧਰਮ ਅੱਗੇ ਵਧਦਾ ਹੈ, ਤਾਂ ਮੈਂ ਅਵਤਾਰ ਧਾਰਦਾ ਹਾਂ| ਸੱਜਣਾਂ-ਸੰਤਾਂ ਦੀ ਰੱਖਿਆ ਲਈ, ਦੁਸ਼ਟਾਂ-ਪਾਪੀਆਂ ਦਾ ਨਾਸ਼ ਕਰਨ ਲਈ ਅਤੇ ਧਰਮ ਦੀ ਸਥਾਪਨਾ ਲਈ, ਮੈਂ ਹਰ ਯੁੱਗ ਵਿੱਚ ਵਾਰ-ਵਾਰ ਮਨੁਖ ਰੂਪ ਵਿੱਚ **ਅਵਤਾਰ ਧਾਰਦਾ ਹਾਂ।**

ਗੋਸਵਾਮੀ ਤੁਲਸੀਦਾਸ ਜੀ ਨੇ ਵੀ ਆਪਣੇ ਗ੍ਰੰਥ **ਰਾਮਚਰਿਤ ਮਾਨਸ ਵਿੱਚ ਕਿਹਾ ਹੈ ਕਿ-**

"ਜਬ - ਜਬ ਹੋਈ ਧਰਮ ਕੀ ਹਾਨੀ,
ਬਾੜਹਿ ਅਸੁਰ ਅਦਮ ਅਭਿਮਾਨੀ,
ਤਬ- ਤਬ ਧਰਿ ਪ੍ਰਭੁ ਵਿਵਿਧ ਸ਼ਰੀਰਾ,
ਹਰਹਿ ਦਯਾਨਿਧਿ ਸਜੁਨ ਪੀਰਾ। "

ਵਿਆਖਿਆ (ਭਾਵ **):- ਇਨ੍ਹਾਂ ਪੰਗਤੀਆਂ ਵਿੱਚ ਗੋਸਵਾਮੀ ਤੁਲਸੀਦਾਸ ਜੀ ਨੇ ਕਿਹਾ ਹੈ ਕਿ ਜਦੋਂ- ਜਦੋਂ ਵੀ ਧਰਮ ਦਾ ਨੁਕਸਾਨ ਹੁੰਦਾ ਹੈ, ਅਸੁਰ , ਦੁਸ਼ਟ ਲੋਕਾਂ ਦੇ ਅਧਰਮ, ਜ਼ੁਲਮ, ਕੁਕਰਮ ਵਧਦੇ ਹਨ** ਤਦ-ਤਦ ਕ੍ਰਿਪਾਲੁ **ਭਗਵਾਨ ਵਿਸ਼ਨੂੰ ਵੱਖ-ਵੱਖ ਸਰੀਰ ਭਾਵ ਅਵਤਾਰ ਧਾਰਨ ਕਰਦੇ ਹਨ। ਅਸੁਰਾਂ ਨੂੰ ਮਾਰ ਕੇ ਸੰਤ ਜਨਾਂ, ਮਨੁੱਖਾਂ ਅਤੇ ਦੇਵਤਿਆਂ** ਦਾ ਭਲਾ (ਉਧਾਰ) **ਕਰਦੇ ਹਨ। ਭਗਵਾਨ ਵਿਸ਼ਨੂੰ ਨੇ ਹਰ ਯੁੱਗ ਵਿੱਚ ਅਲੱਗ-ਅਲੱਗ ਅਵਤਾਰ ਲਏ**

ਹਨ। ਸਤਯੁੱਗ ਵਿੱਚ, ਭਗਵਾਨ ਨਾਰਾਇਣ ਨੇ ਪੰਜ ਅਵਤਾਰ ਲਏ ਸਨ - ਮਤਸਯ ਅਵਤਾਰ, ਕਛਪ/ ਕੂਰਮ ਅਵਤਾਰ, ਵਰਾਹ/ ਸ਼ੁਕਰ ਅਵਤਾਰ, ਨਰਸਿਮ੍ਹਾ ਅਵਤਾਰ ਅਤੇ ਵਾਮਨ ਅਵਤਾਰ। ਤ੍ਰੇਤਾ ਯੁਗ ਵਿੱਚ, ਭਗਵਾਨ ਨਾਰਾਇਣ ਨੇ ਦੋ ਅਵਤਾਰ ਲਏ - ਸ਼੍ਰੀਰਾਮ ਅਵਤਾਰ ਅਤੇ ਭਗਵਾਨ ਪਰਸ਼ੂਰਾਮ / ਭ੍ਰਿਗੁਪਤੀ ਅਵਤਾਰ। ਦਵਾਪਰ ਯੁਗ ਵਿੱਚ, ਭਗਵਾਨ ਨਾਰਾਇਣ ਨੇ ਦੋ ਅਵਤਾਰ ਲਏ ਸਨ - ਕ੍ਰਿਸ਼ਨ ਅਵਤਾਰ ਅਤੇ ਹਲਧਰ/ ਬਲਰਾਮ ਅਵਤਾਰ ।

ਇਹ ਕਿਹਾ ਜਾਂਦਾ ਹੈ ਕਿ ਭਗਵਾਨ ਨਾਰਾਇਣ ਇਸ ਕਲਯੁਗ ਵਿੱਚ ਕੁੱਲ ਤਿੰਨ ਅਵਤਾਰ ਲੈਣਗੇ। ਪਰ ਉਨ੍ਹਾਂ ਵਿਚੋਂ ਦੋ ਦਾ ਵਰਣਨ ਦਸ਼ਵਤਾਰ ਸਤੋਤਰਾ ਵਿਚ ਕੀਤਾ ਗਿਆ ਹੈ। ਕਵੀ ਜੈਦੇਵ ਜੀ ਮਹਾਰਾਜ ਦੇ ਬਹੁਤ ਸਾਰੇ ਗ੍ਰੰਥਾਂ ਜਿਵੇਂ ਕਿ 'ਗੀਤ ਗੋਵਿੰਦ' ਅਤੇ ਭਾਗਵਤ ਪੁਰਾਣ ਵਿੱਚ ਦਸ਼ਵਤਾਰ ਦਾ ਵਰਣਨ ਕੀਤਾ ਗਿਆ ਹੈ। ਉਨ੍ਹਾਂ ਦਸ਼ਵਤਾਰਾਂ ਦਾ ਸੰਖੇਪ ਵਰਣਨ ਹੇਠਾਂ ਦਿੱਤਾ ਗਿਆ ਹੈ:-

1. ਮਤਸਯ ਅਵਤਾਰ:-

ਮਹਾਰਿਸ਼ੀ ਵੇਦ ਵਿਆਸ ਜੀ ਮਹਾਰਾਜ ਸ਼੍ਰੀਮਦ ਭਾਗਵਤ ਮਹਾਪੁਰਾਨ ਵਿੱਚ ਪ੍ਰਮਾਤਮਾ ਦੇ ਮਤਸਯ ਅਵਤਾਰ ਬਾਰੇ ਲਿਖਦੇ ਹਨ:

"ਆਸੀਦਤੀਤਕਲਪਾਂਤੇ ਬ੍ਰਾਹਮੋ ਨੈਮਿਤਿਕੋ ਲਯਹ ।
ਸਮੁਦ੍ਰੋਪਪਲੁਤਾਸਤਤ੍ਰ ਲੋਕਾ ਭੂਰਾਦਯੋ ਨ੍ਰਿਪ ॥
ਕਾਲੇਨਾਗਤਨਿੰਦ੍ਰਸਯ ਧਾਤੁ: ਸ਼ਿਸ਼ਯਿਸ਼ੋਰਬਲੀ।
ਸੁਖਤੋ ਨਿ:ਰਸ਼ਤਾਨ ਵੇਦਾਤ੍ਰ ਹਯਗ੍ਰੀਵੋਂਧਾਂਤਿਕੇਂਧਹਰਤ੍॥
ਗਯਾਤਵਾ ਤਹਦਾਨਬੇਂਦ੍ਰਸਯ ਚੇਸ਼ਟਿਤਮ੍।
ਦਧਾਰ ਸ਼ਫਰੀਰੂਪੰ ਭਗਵਾਨ ਹਰਿਰੀਸ਼ਵਰ ॥
ਅਤੀਤਪ੍ਰਲਯਾਪਾਯ ਉਤਥਿਤਾਯ ਸ ਬੇਧਸੇ ।
ਹਤਵਾਸੁਰੰ ਹਯਗ੍ਰੀਵੰ ਵੇਦਾਨ੍ ਪ੍ਰਤਯਾਹਰੰਧਰਿ ॥"

ਸ਼੍ਰੀਮਦਭਾਗਵਤ ਮਹਾਪੁਰਾਣ–ਮਤਸਯ– ਅਵਤਰਕਥਾ- ਅਸ਼ਟਮ:ਸਕੰਧ-ਚਤੁਰਵਿਨਸ਼ੋਧਯਾਯਹ

ਸ਼੍ਰੀ ਜੈਦੇਵ ਜੀ ਮਹਾਰਾਜ ਆਪਣੇ ਗੀਤ ਗੋਵਿੰਦ ਵਿੱਚ ਮਤਸਯ ਅਵਤਾਰ ਬਾਰੇ ਲਿਖਦੇ ਹਨ :

Matsya Avatar of Vishnu

" ਪ੍ਰਲਯ ਪਯੋਧੀ-ਜਲੇ ਧ੍ਰਿਤਵਾਨ ਅਸਿ ਵੇਦਮ ।
ਵਿਹਿਤ ਵਹਿਤ੍ਰ- ਚਰਿਤ੍ਰ-ਮਖੇਦਮ॥
ਕੇਸ਼ਵ ਧ੍ਰਤ-ਮੀਨ ਸ਼ਰੀਰ, ਜਯ ਜਗਦੀਸ਼ ਹਰੇ॥ "

ਵਿਆਖਿਆ (ਭਾਵ):-

ਉਪਰੋਕਤ ਦੋਵੇਂ ਸ਼ਲੋਕਾਂ ਦਾ ਅਰਥ ਹੈ ਕਿ **ਪ੍ਰਭੂ ਨੇ ਮਤਸਯ ਅਵਤਾਰ** ਧਾਰਨ ਕਰਕੇ **ਭਗਵਾਨ ਵਿਸ਼ਨੂੰ ਨੇ ਮਨੂੰ ਮਹਾਰਾਜ ਦੀ ਕਿਸ਼ਤੀ ਰਾਹੀਂ ਸਾਰੇ ਜੀਵਾਂ ਨੂੰ ਵਿਨਾਸ਼ਕਾਰੀ ਤਬਾਹੀ ਤੋਂ ਬਚਾਇਆ ਸੀ। ਉਸ ਰਾਹੀਂ ਹੀ ਭਗਵਾਨ ਵਿਸ਼ਨੂੰ ਨੇ ਧਰਮ ਦੀ ਸਥਾਪਨਾ ਦਾ ਕੰਮ ਕੀਤਾ ਸੀ।**

ਜਦੋਂ ਹਯਾਗਰੀਵ ਰਾਖਸ਼ ਨੇ ਵੇਦ ਚੋਰੀ ਕੀਤੇ ਅਤੇ ਆਪਣੇ ਆਪ ਨੂੰ ਡੂੰਘੇ ਸਮੁੰਦਰੀ ਪਾਣੀ ਵਿੱਚ ਛੁਪਾ ਲਿਆ। ਉਸ ਸਮੇਂ **ਭਗਵਾਨ ਵਿਸ਼ਨੂੰ ਨੇ ਮਤਸਯ ਅਵਤਾਰ ਲਿਆ ਅਤੇ ਹਯਾਗਰੀਵ ਨੂੰ ਮਾਰਨ ਲਈ ਉਸ ਨਾਲ ਜ਼ਬਰਦਸਤ** ਯੁੱਧ **ਕੀਤੀ, ਅਤੇ ਵੇਦਾਂ ਨੂੰ ਬਚਾਇਆ ਅਤੇ ਵੇਦਾਂ ਨੂੰ ਭਗਵਾਨ ਬ੍ਰਹਮਾ ਦੇ ਹਵਾਲੇ ਕਰ ਦਿੱਤਾ। ਸਪਤ ਰਿਸ਼ੀਆਂ ਨੂੰ ਵੀ ਭਗਵਾਨ ਵਿਸ਼ਨੂੰ ਨੇ ਮਤਸਯ ਅਵਤਾਰ ਵਿੱਚ ਬਚਾਇਆ ਸੀ।**

2. **ਕੱਛਪ/** ਕੂਰਮ **ਅਵਤਾਰ:- ਸ਼੍ਰੀਮਦ ਭਾਗਵਤ ਮਹਾਪੁਰਾਣ ਵਿੱਚ ਮਹਾਰਿਸ਼ੀ ਵੇਦ ਵਿਆਸ ਜੀ ਮਹਾਰਾਜ ਨੇ ਕੱਛਪ ਅਵਤਾਰ ਬਾਰੇ ਲਿਖਿਆ ਹੈ:**

" ਪ੍ਰਸ਼ਠੇ ਭਾਮਯਦਮੰਦਮੰਦਰਗਿਰਿ- ਗ੍ਰਾਵਾਗ੍ਰਕੰਡ੍ਵਯਨਾਨਿਦ੍ਰਾਲੋ
ਕਮਠਾਕ੍ਰਤੇਰਭਗਵਤ: ਸ਼ਵਾਸਾਨਿਲਾ: ਪਾਂਤੁ ਵ: ।
ਯਤਸੰਸਕਾਰ ਕਲਾਨੁਰਤਨ ਭਸ਼ਾਦ੍ ਭੇਲਾਨਿਭੇਨਾਯਸਾਂ
ਜਤਾਯਾਤਮੰਤਦ੍ਰਿੰਤ ਜਲਨਿਧੇਰਨਾਦਯਾਪਿ ਵਿਸ਼੍ਰਾਮਯਤਿ ॥ "

- ਸ੍ਰੀਮਦਭਾਗਵਤ ਪੁਰਾਣਮ/ਸਕੰਧ: 12/ਅਧਿਆਇ 13

ਵਿਆਖਿਆ (ਭਾਵ):-

ਕੁਰਮ ਭਾਵ ਕੱਛਪ (ਕੱਛੂਕੁੰਮੇ) ਅਵਤਾਰ ਵਿੱਚ ਭਗਵਾਨ ਵਿਸ਼ਨੂੰ ਨੇ ਆਪਣੇ ਆਪ ਨੂੰ ਦੁੱਧ ਦੇ ਸਮੁੰਦਰ ਦੇ ਤਲ 'ਤੇ ਰੱਖਿਆ ਅਤੇ ਆਪਣੀ ਪਿੱਠ ਨੂੰ ਸਮੁੰਦਰ ਮੰਥਨ ਲਈ ਮੰਦਰਚਲ ਪਰਵੱਤ ਦਾ ਆਧਾਰ ਜਾਂ ਧੁਰਾ ਬਣਾਇਆ। ਜਦੋਂ ਦੇਵਤੇ ਰਾਖਸ਼ਾਂ ਤੋਂ ਆਪਣਾ ਅਧਿਕਾਰ ਗੁਆਉਣ ਤੋਂ ਡਰਦੇ ਸਨ, ਤਾਂ ਭਗਵਾਨ ਵਿਸ਼ਨੂੰ ਨੇ ਉਨ੍ਹਾਂ ਨੂੰ ਸਾਗਰ ਮੰਥਨ ਕਰਨ ਦਾ ਸੁਝਾਅ ਦਿੱਤਾ, ਤਾਂ ਜੋ ਉਨ੍ਹਾਂ ਨੂੰ ਅੰਮ੍ਰਿਤ ਮਿਲ ਸਕੇ, ਜੋ ਉਨ੍ਹਾਂ ਨੂੰ ਸ਼ਕਤੀਸ਼ਾਲੀ ਅਤੇ ਅਮਰ ਬਣਾ ਦੇਵੇਗਾ। ਸਮੁੰਦਰ ਮੰਥਨ ਵਿੱਚ ਅਸੁਰਾਂ ਦੀ ਮਦਦ ਲੈਣ ਲਈ ਦੇਵਤਿਆਂ ਨੇ ਅਸੁਰਾਂ ਨਾਲ ਸਮਝੌਤਾ ਕੀਤਾ ਅਤੇ ਉਹ ਸਾਰੀਆਂ ਚੀਜ਼ਾਂ ਪ੍ਰਾਪਤ ਕਰਨ ਲਈ ਉਨ੍ਹਾਂ ਨੇ ਮਿਲ ਕੇ **ਸਮੁੰਦਰ ਮੰਥਨ** ਕੀਤਾ।

ਜੈਦੇਵ ਜੀ ਮਹਾਰਾਜ ਨੇ ਆਪਣੇ ਗੀਤ ਗੋਵਿੰਦ ਵਿੱਚ ਕੱਛਪ ਅਵਤਾਰ ਬਾਰੇ ਲਿਖਿਆ ਹੈ:

" ਕਸ਼ਿਤਿਰਤੀ- ਵਿਪੁਲਤਰੇ ਤਵ ਤਿਸ਼ਠਤੀ ਪ੍ਰਸ਼ਠੇ।
ਧਰਨੀ-ਧਰਣ-ਕਿਣ ਚਕ੍ਰ-ਗਰਿਸ਼ਠੇ॥
ਕੇਸ਼ਵ ਧ੍ਰਤ-ਕੂਰਮ ਰੂਪ, ਜਯ ਜਗਦੀਸ਼ ਹਰੇ॥ "

ਇਸ ਦਾ ਮਤਲਬ ਇਹ ਹੈ ਕਿ ਜਦੋਂ ਧਰਤੀ ਹਨੇਰਾ ਸੀ, ਪ੍ਰਕਾਸ਼ ਲਿਆਉਣ ਲਈ, ਭਗਵਾਨ ਵਿਸ਼ਨੂੰ ਨੇ ਅਵਤਾਰ ਧਾਰਿਆ ਅਤੇ ਧਰਤੀ ਨੂੰ ਆਪਣੀ ਪਿੱਠ 'ਤੇ ਚੁੱਕ ਕੇ ਸੂਰਜ ਦੇ ਚੱਕਰ ਵਿੱਚ ਸਥਾਪਿਤ ਕੀਤਾ।

Varaha Avatar

3. ਵਰਾਹ ਅਵਤਾਰ:-

ਸ਼੍ਰੀਮਦ ਭਾਗਵਤ ਮਹਾਪੁਰਾਣ ਵਿੱਚ ਮਹਾਰਿਸ਼ੀ ਵੇਦ ਵਿਆਸ ਜੀ ਮਹਾਰਾਜ ਨੇ ਵਰਾਹ ਅਵਤਾਰ ਬਾਰੇ ਲਿਖਿਆ ਹੈ :

"ਤਮਾਲਨੀਲ ਸਿਤਦੰਤਕੋਟ੍ਯਾ ।

ਕਸ਼ਮਾਮੁਕਸ਼ਿਪੰਤ ਗਜਲੀਲਯਾਂਗ ।
ਪ੍ਰਗਆਯ ਬੰਧਧਾਜਲੋਂਧਨੁਵਾਕੈ -
ਬ੍ਰਿਰੰਚਿ ਮੁਖਯਾ ਉਪਤਸਥੁਰੀਸ਼ਮ੍ ॥ "

ਕਵੀ ਜੈਦੇਵ ਜੀ ਮਹਾਰਾਜ ਨੇ ਆਪਣੀ ਕਿਤਾਬ ਗੋਵਿੰਦ ਗੀਤ ਵਿੱਚ ਵਰਾਹ ਅਵਤਾਰ ਬਾਰੇ ਲਿਖਿਆ ਹੈ: -

" ਵਸਤੀ ਦਸ਼ਨ-ਸ਼ਿਖਰੇ ਧਰਣੀ ਤਵ ਲਗਨਾ।
ਸ਼ਸ਼ਿਨਿ ਕਲੰਕ-ਕਲੇਵ ਨਿਮਗਨਾ ॥
ਕੇਸ਼ਵ ਧ੍ਰਤ- ਸ਼ੂਕਰ ਰੂਪ, ਜਯ ਜਗਦੀਸ਼ ਹਰੇ॥ "

ਵਿਆਖਿਆ (ਭਾਵ **):-**

ਹਿਰਣਯਾਕਸ਼ **ਨਾਮ ਦੇ ਇੱਕ ਰਾਖਸ਼ ਨੇ ਧਰਤੀ ਨੂੰ ਸਮੁੰਦਰ ਦੇ ਤਲ ਵਿੱਚ ਡੁਬੋ ਦਿੱਤਾ।** ਉਸ ਸਮੇਂ **ਧਰਤੀ ਦੀ ਰੱਖਿਆ ਲਈ ਭਗਵਾਨ ਵਿਸ਼ਨੂੰ ਨੇ ਸੁਕਰ (ਵਰਾਹ) ਦਾ ਰੂਪ ਧਾਰਿਆ ਅਤੇ ਹਜ਼ਾਰਾਂ ਸਾਲਾਂ** ਦੇ ਯੁੱਧ **ਤੋਂ ਬਾਅਦ, ਉਨ੍ਹਾਂ ਨੇ** ਹਿਰਣਯਾਕਸ਼ **ਨੂੰ ਮਾਰ ਕੇ ਧਰਤੀ ਦੀ ਰੱਖਿਆ ਕੀਤੀ।**

4. ਨਰਸਿੰਹ ਅਵਤਾਰ (**ਨਰਸਿਮ੍ਹਾ ਅਵਤਾਰ) :-**

ਸ਼੍ਰੀਮਦ ਭਾਗਵਤ ਮਹਾਪੁਰਾਣ ਵਿੱਚ ਮਹਾਰਿਸ਼ੀ ਵੇਦ ਵਿਆਸ ਜੀ ਨੇ ਨਰਸਿਮਹਾ ਅਵਤਾਰ ਬਾਰੇ ਕਿਹਾ ਹੈ:

"ਦਿਬਿਸਪ੍ਰਸ਼ਤਕਾਯ ਮਦਿਰਘਪੀ ਬਰਗ੍ਰੀਬੋਰੂਬਕਸ਼:ਸਥਲਮਲੁਮਧਯਮਮ੍।
ਚੰਦਰਾਸ਼ੁਗੌਰੈਸ਼ਚੁਰਿਤੰ ਤਦ੍ਵਰੂਹੈਵਿਰਸ਼ਵਰਾਭੁਜਾਦਿਕਸ਼ਤੰ ਨਖਾਯੁਦ੍ਧਮ੍ ॥
ਵਿਸ਼ਵਕ੍ ਸਪੁਰਨਤੰ ਗ੍ਰਣਾਤੁਰੰ ਹਰਿਬਰਾਯਲੋ ਯਥਾਂਥਖੂ: ਕੁਲਿਸ਼ਕਸ਼ਤਤਵਚਮ੍॥
ਗ੍ਵਾਯਰਵਰ ਆਪਾਤਯ ਦਦਾਰ ਲਲਿਯਾ ਨਖੈਰਯਥਾਹਿੰ ਗਰੁੜੋਂ ਮਹਾਵਿਸ਼ਮ੍। "

- ਭਾਗਵਤ ਪੁਰਾਣ -ਸਕੰਧ 7-ਅਧਿਆਇ 8: ਸ਼ਲੋਕ **29**

ਕਵੀ ਜੈਦੇਵ ਜੀ ਵੀ ਆਪਣੇ ਗੀਤ ਗੋਵਿੰਦ ਵਿੱਚ ਨਰਸਿੰਹ **ਅਵਤਾਰ ਬਾਰੇ ਲਿਖਦੇ ਹਨ -**

" ਤਵ ਕਰ-ਕਮਲ ਵਰੇ ਨਖਮ-ਅਦਭੁਤ-ਸ਼ੂੰਗਮ ।
ਦਲਿਤ-ਹਿਰਣਯਕਸ਼ਿਪੂ-ਤਨੂ-ਭ੍ਰੂੰਗਮ ॥
ਕੇਸ਼ਵ ਧ੍ਰਤ-ਨਰਹਰਿ ਰੂਪ, ਜਯ ਜਗਦੀਸ਼ ਹਰੇ"

ਵਿਆਖਿਆ (ਭਾਵ):-

ਉਪਰੋਕਤ ਸਤਰਾਂ ਦਾ ਭਾਵ ਹੈ ਕਿ ਇਸ ਅਵਤਾਰ ਵਿੱਚ ਭਗਵਾਨ ਵਿਸ਼ਨੂੰ ਨੇ ਅੱਧੇ ਨਰ ਅਤੇ ਅੱਧੇ ਸ਼ੇਰ ਦੇ ਰੂਪ ਵਿੱਚ ਆਪਣੇ ਭਗਤ ਪ੍ਰਹਿਲਾਦ ਨੂੰ ਆਪਣੇ ਪਿਤਾ (ਰਾਖਸ਼ ਰਾਜੇ- ਹਿਰਣਯਕਸ਼ਿਪੂ) ਦੇ ਜ਼ੁਲਮਾਂ ਤੋਂ ਬਚਾਇਆ। ਹਿਰਣਯਕਸ਼ਿਪੂ ਨੂੰ ਵਰ ਸੀ ਕਿ ਉਹ ਇਸ ਤਰ੍ਹਾਂ ਮਰ ਜਾਵੇ ਕਿ ਉਸ ਨੂੰ ਕੋਈ ਮਨੁੱਖ ਜਾਂ ਜਾਨਵਰ, ਨਾ ਹਵਾ, ਪਾਣੀ ਜਾਂ ਸਮੁੰਦਰ ਵਿਚ, ਨਾ ਘਰ ਵਿਚ, ਨਾ ਬਾਹਰ, ਨਾ ਦਿਨ ਵਿਚ, ਨਾ ਰਾਤ ਨੂੰ, ਨਾ ਹਥਿਆਰਾਂ ਨਾਲ ਅਤੇ ਨਾ ਹੀ ਬ੍ਰਹਮਾ ਦੀ ਰਚਨਾ ਦੇ ਕਿਸੇ ਵੀ ਜੀਵ ਦੁਆਰਾ ਮਾਰਿਆ ਜਾਵੇ। ਇਸ ਵਰਦਾਨ ਨੂੰ ਪ੍ਰਾਪਤ ਕਰਨ ਤੋਂ ਬਾਅਦ, ਉਹ ਆਪਣੇ ਆਪ ਨੂੰ ਅਮਰ ਸਮਝਦਾ ਸੀ। ਭਗਵਾਨ ਨਰਸਿਮ੍ਹਾ ਨੇ ਇੱਕ ਥੰਮ੍ਹ ਤੋਂ ਪ੍ਰਗਟ ਹੋ ਕੇ ਹਿਰਣਯਕਸ਼ਿਪੂ ਨੂੰ ਆਪਣੀ ਗੋਦ ਵਿੱਚ ਬਿਠਾਇਆ, ਅਤੇ ਦਰਵਾਜ਼ੇ ਦੇ ਪ੍ਰਵੇਸ਼ ਦੁਆਰ 'ਤੇ ਬੈਠ ਕੇ, ਪ੍ਰਭੂ ਨੇ ਆਪਣੇ ਲੰਬੇ ਨਹੁੰਆਂ ਨਾਲ ਉਸ ਦੇ ਪੇਟ ਨੂੰ ਚੀਰ ਦਿੱਤਾ।

5. ਵਾਮਨ ਅਵਤਾਰ:- ਮਹਾਰਿਸ਼ੀ ਵੇਦ ਵਿਆਸ ਜੀ ਮਹਾਰਾਜ ਨੇ ਸ਼੍ਰੀਮਦ ਭਾਗਵਤ ਮਹਾਪੁਰਾਣ ਵਿੱਚ ਕਿਹਾ ਹੈ ਕਿ-

"ਯਤ੍ ਤਦ੍ ਬਪੁਰਭਾਤ ਵਿਭੁਸ਼ਣਾਯੁਧੈਰਬਯਕਤਚਿਦ੍ ਬਯਕਤਮਧਾਰਯੰਧਰਿ।
ਬਭੁਵ ਤੇਨੈਬ ਸ ਵਾਮਨੋ ਬਟੁ: ਸਨਪਸ਼ਯਤੇਦ੍ਵਿਵਯਗਤਿਰਯਥਾ ਨਟ:॥

- ਸ਼੍ਰੀਮਦ ਭਾਗਵਤ ਪੁਰਾਣ-ਅਸ਼ਟਮ: ਸਕੰਧ ਅਸ਼ਟਾਦਸ਼ੋ ਅਧਿਆਇ ਸ਼ਲੋਕ 12

"ਧਾਤੁ ਕਮੰਡਲੁਜਲੰ ਤਦੁਰੁਕਰਮਤਸਯ੍,
ਪਾਦਾਬਨੇਜਨ ਪਵਿਤ੍ਰਤਯਾ ਨਰੇਂਦ੍ਰ।

ਸਵਰਧੁਨਯਭੂਨਵਭਸਿ ਪਤਤੀ ਨਿਮਾਰਸ਼ਟਿ ,
ਲੋਕਤ੍ਰੁਯੰ **ਭਗਵਤੋ ਬਿਸ਼ਦੇਵ ਕੀਰਤਿ। "**

- ਸ਼੍ਰੀਮਦ ਭਾਗਵਤ ਮਹਾਪੁਰਾਣ /ਸਕੰਧ 08/ਅਧਿਆਇ 21

ਕਵੀ ਜੈਦੇਵ ਜੀ ਨੇ ਵੀ ਆਪਣੇ ਗੀਤ ਗੋਵਿੰਦ ਵਿੱਚ ਇਹੀ ਸਬੂਤ ਦਿੱਤਾ ਹੈ ਅਤੇ ਲਿਖਿਆ ਹੈ ਕਿ -

Vamana Avatar

" ਛਲਯਸਿ ਵਿਕਰਮਣੇ ਬਲਿਮ-ਅਦਭੁਤ-ਵਾਮਨ ।
ਪਦ-ਨਖ-ਨੀਰ-ਜਨਿਤ-ਜਨ-ਪਾਵਨ ॥
ਕੇਸ਼ਵ ਧ੍ਰਤ-ਵਾਮਨ-ਰੂਪ, ਜਯ ਜਗਦੀਸ਼ ਹਰੇ॥ "

ਵਿਆਖਿਆ (ਭਾਵ):-

ਇਹ ਅਵਤਾਰ (ਇੱਕ ਹੱਥ ਵਿੱਚ ਜੱਲ ਦਾ **ਕਮੰਡਲੂ ਅਤੇ ਦੂਜੇ ਹੱਥ ਵਿੱਚ ਛਤਰ** ਅਤੇ ਦੂਜੇ ਹੱਥ ਵਿੱਚ ਛੱਤਰੀ **ਫੜੀ ਬੌਣੇ ਵਜੋਂ ਦਰਸਾਇਆ ਗਿਆ** ਹੈ) ਨੂੰ ਇੰਦਰ **ਦੇ ਰਾਜ ਨੂੰ ਮੁੜ ਪ੍ਰਾਪਤ ਕਰਨ ਲਈ ਲਿਆ ਗਿਆ ਸੀ। ਰਾਜਾ ਬਲਿ ਵਿਰੋਚਨ ਦਾ ਪੁੱਤਰ ਅਤੇ** ਹਿਰਣਯਕਸ਼ਿਪੂ **ਦਾ ਪੜਪੋਤਾ ਸੀ । ਉਸ ਨੇ ਆਪਣੀ ਤਪੱਸਿਆ ਦੇ ਬਲਬੂਤੇ 'ਤੇ ਤਿੰਨਾਂ** ਲੋਕਾਂ **ਵਿੱਚ ਆਪਣੀ ਸਰਦਾਰੀ ਕਾਇਮ ਕੀਤੀ। ਜਦੋਂ ਉਸ ਦੀ ਪ੍ਰਤਿਸ਼ਠਾ ਇੰਦਰ ਨੂੰ ਪ੍ਰਭਾਵਿਤ ਕਰਨ ਲੱਗੀ, ਤਾਂ ਇੰਦਰ ਨੇ ਆਪਣੀ ਸਰਵ ਉੱਚਤਾ ਸਥਾਪਤ ਕਰਨ ਲਈ ਭਗਵਾਨ ਵਿਸ਼ਨੂੰ ਤੋਂ ਮਦਦ ਮੰਗੀ।**

ਇਸ ਤੋਂ ਬਾਅਦ ਭਗਵਾਨ ਵਿਸ਼ਨੂੰ ਦਾ ਜਨਮ ਵਿਸ਼ਨੂੰ ਦੇਵਮਾਤਾ ਅਦਿਤੀ ਅਤੇ ਕਸ਼ਯਪ ਰਿਸ਼ੀ ਦੇ ਪੁੱਤਰ ਦੇ ਰੂਪ ਵਿੱਚ ਹੋਇਆ ਅਤੇ ਬਹੁਤ ਛੋਟਾ ਰੂਪ ਧਾਰਨ ਕਰਨ ਕਾਰਨ, ਉਨ੍ਹਾਂ ਨੂੰ ਵਾਮਨ ਕਿਹਾ ਗਿਆ ਅਤੇ ਰਾਜਾ ਬਲੀ ਕੋਲ ਗਏ ਅਤੇ ਤਪੱਸਿਆ ਕਰਨ ਲਈ ਤਿੰਨ ਪੱਗ (ਪੈਰ) **ਜ਼ਮੀਨ ਦੇਣ ਦੀ ਬੇਨਤੀ ਕੀਤੀ, ਜਿੱਥੇ** ਉਹ ਧਿਆਨ ਕਰ ਸਕਨ। **ਜਦੋਂ ਬਲੀ ਨੇ** ਉਨਹਾਂ **ਦੀ ਬੇਨਤੀ ਸਵੀਕਾਰ ਕਰ ਲਈ, ਤਾਂ ਭਗਵਾਨ ਵਿਸ਼ਨੂੰ ਨੇ ਆਪਣੀਆਂ ਅਲੌਕਿਕ ਸ਼ਕਤੀਆਂ**

ਦੀ ਵਰਤੋਂ ਕਰਦਿਆਂ, ਪਹਿਲੇ ਦੋ ਪੜਾਵਾਂ ਵਿੱਚ ਧਰਤੀ ਅਤੇ ਸਵਰਗ ਨੂੰ ਆਪਣੇ ਕਬਜ਼ੇ ਵਿੱਚ ਲੈ ਲਿਆ ਅਤੇ ਬਲੀ ਨੂੰ ਉਸ ਦੇ ਰਾਜ ਤੋਂ ਵਾਂਝਾ ਕਰ ਦਿੱਤਾ।

ਮੈਂ ਇਹ ਕੀਤਾ। ਪਰ ਰਾਜਾ ਬਲੀ ਨੇ ਆਪਣੀ ਉਦਾਰਤਾ ਦਿਖਾਉਂਦੇ ਹੋਏ ਪ੍ਰਮਾਤਮਾ ਨੂੰ ਆਪਣਾ ਤੀਜਾ ਪੈਰ ਆਪਣੇ ਸ਼ੀਸ਼ੇ 'ਤੇ ਰੱਖਣ ਲਈ ਕਿਹਾ। ਭਗਵਾਨ ਵਿਸ਼ਨੂੰ ਨੇ ਬਲੀ ਦੀ ਉਦਾਰਤਾ ਦੇਖ ਕੇ ਪ੍ਰਸੰਨ ਹੋ ਕੇ ਰਾਜਾ ਬਲੀ ਨੂੰ ਪਾਤਾਲ ਦਾ ਸ਼ਾਸਕ ਬਣਾ ਦਿੱਤਾ।

6. ਪਰਸ਼ੂਰਾਮ ਅਵਤਾਰ:-

ਸ਼੍ਰੀਮਦ ਭਾਗਵਤ ਮਹਾਪੁਰਾਣ ਵਿੱਚ ਮਹਾਰਿਸ਼ੀ ਵੇਦ ਵਿਆਸ ਜੀ ਨੇ ਕਿਹਾ ਹੈ ਕਿ -

"**ਅਵਤਾਰੇ ਸ਼ੋਡਸ਼ਮੇ** ਪਸ਼ਯਨ ਬ੍ਰਹਮਦ੍ਰੁਹਨ੍ਰਪਾਨ ।
ਤ੍ਰਿਸਪਤਕ੍ਰਤਵ: ਕ੍ਰੁਪਿਤੋਨਿ:ਕਸ਼ਤ੍ਰਾ ਮਕਰੋਨ ਮਹੀਮ੍। "
"ਆਸਤੇਂਧਦ੍ਯਾਪਿ ਮਹੇਂਦ੍ਰਾਦੈ ਨਯਸਤਦੰਡ **ਪ੍ਰਸ਼ਾਂਤਧੀ:।**
ਉਪਗਿਯਮਾਨਚਰਿਤ: ਸਿੰਦਗੰਧਰਵਚਾਰਣੈ: ॥
ਏਵਂ ਭਰਗੁਸ਼ੁ ਬਿਸ਼ਵਾਤਮਾ ਭਗਵਾਨ ਹਰਿਰੀਸ਼ਵਰ:॥
ਅਬਤੀਰਯ ਪਰਂ ਭਾਰੰਭੁਬੋਂਧਹਨ ਬਹੁਸ਼ੋਨ੍ਰਪਾਨ੍॥ "

ਕਵੀ ਜੈਦੇਵ ਜੀ ਆਪਣੀ ਪੁਸਤਕ ਗੀਤ ਗੋਵਿੰਦ ਵਿੱਚ ਲਿਖਦੇ ਹਨ ਕਿ -

" ਕਸ਼ਤ੍ਰਿਯੇ-ਰੂਧਿਰ-ਮਯੇ ਜਗਤ-ਅਪਗਤ ਪਾਪਮ।
ਸਨਪਯਸਿ-ਪਯਸਿ ਸ਼ਮਿਤ-ਭਵ-ਤਾਪਮ ॥
ਕੇਸ਼ਵ ਧ੍ਰਤ-ਭ੍ਰਗੁਪਤਿ-ਰੂਪ, ਜਯ ਜਗਦੀਸ਼ ਹਰੇ॥ "

ਵਿਆਖਿਆ (ਭਾਵ **):-**

ਦੋਹਾਂ ਸ਼ਲੋਕਾਂ ਦਾ ਅਰਥ ਹੈ ਕਿ ਭਗਵਾਨ ਵਿਸ਼ਨੂੰ ਨੇ ਤ੍ਰੇਤਾ ਯੁਗ ਵਿੱਚ ਜਮਦਗਨੀ ਰਿਸ਼ੀ ਅਤੇ ਉਨ੍ਹਾਂ ਦੀ ਪਤਨੀ ਰੇਣੁਕਾ ਦੇ ਪੁੱਤਰ ਪਰਸ਼ੂਰਾਮ/ਭ੍ਰਿਗੁਪਤੀ ਦੇ ਰੂਪ ਵਿੱਚ ਅਵਤਾਰ ਧਾਰਨ ਕੀਤਾ । ਪਰਸ਼ੂਰਾਮ (ਉਸ ਦੇ ਸੱਜੇ ਹੱਥ ਵਿੱਚ ਕੁਹਾੜੀ ਨਾਲ ਉਸ ਦੀ ਦਿੱਖ ਦਾ

ਵਰਣਨ ਕੀਤਾ ਗਿਆ ਹੈ) ਭਗਵਾਨ ਵਿਸ਼ਨੂੰ ਦਾ ਛੇਵਾਂ ਅਵਤਾਰ ਹੈ। ਇਸ ਅਵਤਾਰ ਸਮੇਂ ਮਹਾਪ੍ਰਭੂ ਪਰਸ਼ੂਰਾਮ ਨੇ ਧਰਤੀ ਮਾਂ ਨੂੰ ਖੱਤਰੀਆਂ ਦੇ ਖੂਨ ਨਾਲ ਸ਼ਾਂਤ ਕੀਤਾ। ਕਿਹਾ ਜਾਂਦਾ ਹੈ ਕਿ ਮਹਾਪ੍ਰਭੂ ਪਰਸ਼ੂਰਾਮ ਨੇ ਆਪਣੇ ਪਿਤਾ ਦੀ ਮੌਤ 'ਤੇ ਗੁੱਸਾ ਹੋ ਕੇ ਧਰਤੀ ਨੂੰ 21 ਵਾਰ ਕਸ਼ਤ੍ਰੀਏ ਰਹਿਤ ਬਣਾ ਦਿੱਤਾ।

7. ਰਾਮ ਅਵਤਾਰ:-

ਮਹਾਰਿਸ਼ੀ ਵੇਦ ਵਿਆਸ ਜੀ ਨੇ ਸ਼੍ਰੀਮਦ ਭਾਗਵਤ ਮ ਹਾਪੁਰਾਨ ਵਿੱਚ ਲਿਖਿਆ ਹੈ ਕਿ-

"ਤਤ: ਪ੍ਰਜਗਮੁ: ਪ੍ਰਸ਼ਮੰ ਮਰੂਦ੍ਗਣਾ,
ਦਿਸ਼: ਪ੍ਰਸੇਹੁਰਵਿਮਲ ਨਭੋਨਧਧਭਵਤ੍।
ਮਹੀ ਚਕੰਮਪੇ ਨ ਚ ਮਾਰੂਤੋ ਬਬੈ।
ਸਥਿਰ ਪ੍ਰਭਸ਼ਚਾਪਯਭਵਤ੍ ਦਿਵਾਕਰ॥ "

- **ਰਾਮਾਇਣਮ/** ਯੁਦ੍ਧਕਾਂਡਮ**/ਸਰਗ**: 111

ਇਸੇ ਤਰ੍ਹਾਂ ਅਧਿਆਤਮ ਰਾਮਾਇਣ ਵਿੱਚ ਰਾਮ ਅਵਤਾਰ ਬਾਰੇ ਲਿਖੀਆਂ ਸਤਰਾਂ ਦਾ ਹਵਾਲਾ ਹੇਠਾਂ ਦਿੱਤਾ ਗਿਆ ਹੈ:

"ਏਵੰ ਸਤੁਤਸਤੁ ਦੇਬੇਸ਼ੋ ਵਿਸ਼ਣੁਸਤਿਦਸ਼ਪੁੰਗਬ:।
ਪਿਤਾਮਹ ਪੁਰੋਗਾਂਸਤਾਨ੍ ਸਰਵਲੋਕਨਮਸਕ੍ਰਤ: । "

"ਅਬ੍ਰਬੀਤ ਤ੍ਰੀਦਸ਼ਾਨ ਸਰਵਾਨ ਸਮੇਤਾਨ੍ ਧਰਮਸੰਹਿਤਾਨ੍।
ਸਪੁਤ੍ਰਪੌਤ੍ਰਮ ਸਾਮਾਤਯਮ ਸਮੰਤਿਗਆਤਿਬਾਂਧਵਮ੍॥॥
ਹਤਵਾ ਕੁਰੰਦੂਰਾਧਸ਼ ਦੇਵਰਸ਼ਿਣਾਂ ਭਯਾਬਹਮ।
ਦਸ਼ਵਰਸ਼ ਸ਼ਹਸਤ੍ਰਾਣਿ ਦਸ਼ਵਰਸ਼ ਸ਼ਤਾਨਿ ਚ।
ਵਤਸਯਾਮਿ ਮਾਨੁਸ਼ੇ ਲੋਕੇ ਪਾਲਯੁਨ ਪ੍ਰਥਿਵੀਮਿਮਾਮ੍॥
ਰਾਵਣੇਨ ਹਤੰ ਸਥਾਨਮਸਕਾਕੰ ਤੇਜਸਾ ਸਹ,

ਤਵਯਾਦ੍ਯ ਨਿਹਤੋ ਦੁਸ਼ਟ: ਪੁਨ: ਪ੍ਰਾਪਤਮ ਪਦੰ ਸਵਕਮ੍।"

ਕਵੀ ਜੈਦੇਵ ਜੀ ਨੇ ਵੀ ਆਪਣੇ ਗੀਤ ਗੋਵਿੰਦ ਵਿੱਚ ਰਾਮ ਅਵਤਾਰ ਨੂੰ ਥਾਂ ਦਿੰਦੇ ਹੋਏ ਲਿਖਿਆ ਹੈ:

" ਵਿਤਰਸੀ ਦਿਕਸ਼ੂ ਰਣੇ ਦਿਕਪਤੀ ਕਮਨਿਯਮ ।
ਦਸ਼ਮੁਖ ਮੌਲੀ ਬਲਿਮ ਰਮਣੀਯਮ ॥
ਕੇਸ਼ਵ ਧ੍ਰਤ ਰਘੁਪਤਿ ਵੇਸ਼, ਜਯ ਜਗਦੀਸ਼ ਹਰੇ॥ "

ਵਿਆਖਿਆ (ਭਾਵ):-

ਉਪਰ ਲਿਖੇ ਸ਼ਲੋਕਾਂ **ਵਿੱਚ ਕਿਹਾ ਗਿਆ ਹੈ ਕਿ ਭਗਵਾਨ ਸ਼੍ਰੀ ਰਾਮ ਵਿਸ਼ਨੂੰ ਦੇ ਸੱਤਵੇਂ ਅਵਤਾਰ ਹਨ। ਉਹ ਰਾਜਾ ਸੂਰਜਵੰਸ਼ੀ ਮਹਾਰਾਜ ਦਸ਼ਰਥ ਅਤੇ ਮਾਤਾ ਕੌਸ਼ਲਿਆ ਦੇ ਪੁੱਤਰ ਵਜੋਂ ਅਯੁੱਧਿਆ** ਵਿੱਚ ਜਨਮੇਂ **ਸਨ| ਇਸ ਅਵਤਾਰ ਵਿੱਚ ਭਗਵਾਨ ਸ਼੍ਰੀ ਰਾਮ ਦਾ ਮੁੱਖ ਹਥਿਆਰ ਤੀਰ-ਕਮਾਨ ਸੀ।** ਉਨ੍ਹਾਂ **ਨੇ ਦਸ਼ਾਨਨ ਰਾਵਣ ਨੂੰ ਮਾਰ ਦਿੱਤਾ ਅਤੇ ਆਪਣੀ ਪਤਨੀ ਸੀਤਾ ਨੂੰ ਰਾਵਣ ਦੇ ਬੰਧਨ ਤੋਂ ਮੁਕਤ ਕਰਵਾਇਆ। ਇਹ ਤ੍ਰੇਤਾ ਯੁਗ ਵਿੱਚ ਧਰਮ ਦੀ ਸਥਾਪਨਾ ਦਾ** ਪਰਮੁਖ **ਕਾਰਜ ਸੀ। ਇਸ ਕੰਮ ਵਿੱਚ ਲਕਸ਼ਮਣ ਜੀ (ਉਨ੍ਹਾਂ ਦੇ ਇੱਕ ਛੋਟੇ ਭਰਾ) ਅਤੇ ਹਨੂੰਮਾਨ ਜੀ (**ਵਾਨਰ **ਦੇਵਤਾ) ਨੇ ਉਨ੍ਹਾਂ ਦੀ ਸਹਾਇਤਾ ਕੀਤੀ। ਭਗਵਾਨ ਸ਼੍ਰੀ ਰਾਮ** ਜੀ ਦੇ **ਅਵਤਾਰ ਦਾ ਸਮੁੱਚਾ ਵੇਰਵਾ ਮਹਾਰਿਸ਼ੀ ਵਾਲਮੀਕਿ ਦੁਆਰਾ ਰਚਿਤ ਮਹਾਂਕਾਵਿ ਰਮਾਇਣ ਵਿੱਚ ਦਿੱਤਾ ਗਿਆ ਹੈ। ਨੈਤਿਕ ਉੱਤਮਤਾ ਨਾਲ ਭਗਵਾਨ ਸ਼੍ਰੀ ਰਾਮ ਦਾ ਜੀਵਨ** ਨੈਤਿਕ ਕਦਰਾਂ ਕੀਮਤਾਂ ਅਤੇ ਵਿਆਹ ਇੱਕ **ਪਤਨੀ** ਨਾਲ **ਹੋਣ ਦੀਆਂ ਸਭ ਤੋਂ ਵੱਡੀਆਂ ਉਦਾਹਰਣਾਂ ਹਨ। ਉਹ ਦੁਨੀਆ ਦੇ ਸਭ ਤੋਂ ਵੱਡੇ ਸਮਰਾਟ ਸੀ। ਲੋਕਾਂ** (ਪ੍ਰਜਾ) **ਦੀ ਗੱਲ ਮੰਨਣ ਵਿਚ ਭਗਵਾਨ ਸ਼੍ਰੀ ਰਾਮ** ਜੀ **ਤੋਂ ਵਧੀਆ ਹੋਰ ਕੋਈ ਨਹੀਂ ਸੀ। ਉਹ ਇੱਕ ਮਹਾਨ ਯੋਧਾ ਅਤੇ ਸੂਰਵੀਰ** ਸਨ , **ਅਤੇ** ਉਨ੍ਹਾਂ ਦੇ **ਨਾਮ** ਮਾਤਰ ਨਾਲ ਹੀ ਅਸੁਰ ਦੁਰਾਚਾਰੀ ਕੰਬਦੇ ਸਨ । **ਉਨ੍ਹਾਂ ਦਾ ਆਦਰਸ਼** ਰਵਈਆ ਇੰਝ ਦਾ ਸੀ ਕਿ **ਉਨ੍ਹਾਂ** ਦੇ **ਰਾਜ ਨੂੰ ਇੱਕ ਆਦਰਸ਼ ਰਾਜ ਮੰਨਿਆ ਜਾਂਦਾ ਸੀ। ਇਸੇ ਲਈ ਅੱਜ ਤੱਕ**

ਅਸੀਂ ਆਦਰਸ਼ ਰਾਜ ਨੂੰ 'ਰਾਮ ਰਾਜ' ਕਹਿੰਦੇ ਆ ਰਹੇ ਹਾਂ। ਕਿਹਾ ਜਾਂਦਾ ਹੈ ਕਿ ਇੱਜ਼ਤ ਅਤੇ ਆਦਰਸ਼ਾਂ ਦੀ ਪਾਲਣਾ ਕਰਨ ਕਰਕੇ ਉਨ੍ਹਾਂ ਨੂੰ ਮਰਿਆਦਾ ਪੁਰਸ਼ੋਤਮ ਕਿਹਾ ਜਾਂਦਾ ਸੀ ।

8. ਬਲਰਾਮ/ਹਲਧਰ ਅਵਤਾਰ:-

ਸ਼੍ਰੀਮਦ ਭਾਗਵਤ ਮਹਾਪੁਰਾਣ ਵਿੱਚ ਮਹਾਰਿਸ਼ੀ ਵੇਦ ਵਿਆਸ ਜੀ ਮਹਾਰਾਜ ਬਲਰਾਮ ਅਵਤਾਰ ਬਾਰੇ ਲਿਖਿਆ ਗਿਆ ਹੈ :

" ਸ ਅਜੁਹਾਬ ਯਮੁਨਾਂ ਜਲਕ੍ਰੀਯਾਂਰਧਰਮੇਸ਼ਵਰ:।
ਨਿਜਂ ਬਾਕਯਮਨਾਦ੍ਰਿਤਿਤਯ ਮਭ ਰਤਯਾਪਗਾਂ ਬਲਂ।
ਅਨਾਗਤਾਂ ਹਲਾਗ੍ਰੇਣ ਕੁਪਿਤੋ ਬਿਚਕਰਸ਼ ਹ॥
ਪਾਪੇ ਤਵਂ ਮਾਮਵਗਆਂਯ ਯਂਨਾਯਾਸਿ ਮਯਾਂਧਹੁਤਾ।
ਨੇਸ਼ਯੇ ਤਵਾਂ ਲਂਗਲਾਗ੍ਰੇਣ ਸ਼ਤਧਾ ਕਾਮ ਚਾਰਿਣੀਮ੍॥
ਏਵਂ ਨਿਰਭਤਸਿਤਾ ਭੀਤਾ ਯਮੁਨਾ ਣਦੁਨਂਨਮ੍।
ਉਵਾਚ ਚਕਿਤਾ ਵਾਚਂ ਪਤਿਤਾ ਪਾਦਯੋਰਨ੍ਰਪ। "

- ਸ਼੍ਰੀਮਦ ਭਾਗਵਤ ਪੁਰਾਣਮ/ਸਕੰਧ10/ਉਤਰਾਰਧ੍**/ਅਧਿਆਇ: 65**

ਤਦ ਕਵੀ ਜੈਦੇਵ ਜੀ ਮਹਾਰਾਜ ਨੇ ਆਪਣੀ ਪੁਸਤਕ ਗੋਵਿੰਦ ਗੀਤ ਵਿੱਚ ਹਲਧਰ ਅਵਤਾਰ ਬਾਰੇ ਵਰਣਨ ਕੀਤਾ ਹੈ :

"ਵਹਸਿ ਵਿਪੁਸ਼ਿ ਵਿਸ਼ਦੇ ਵਸਨਮ ਜਲਦਾਭਮ ।
ਹਲ ਹਤਿ ਭੀਤਿ ਮਿਲਿਤ ਯਮੁਨਾਭਮ ॥
ਕੇਸ਼ਵ ਧ੍ਰਤ-ਹੱਲਧਰ-ਰੂਪ, ਜਯ ਜਗਦੀਸ਼ ਹਰੇ॥ "

ਵਿਆਖਿਆ (ਭਾਵ **):-**

ਉਪਰੋਕਤ ਪੰਗਤੀਆਂ ਦਾ ਭਾਵ ਅਰਥ ਹੈ ਕਿ ਜਦੋਂ ਭਗਵਾਨ ਬਲਰਾਮ ਜੀ ਦਵਾਪਰ ਯੁਗ ਵਿੱਚ ਸਨ, ਗੋਪੀ ਗੋਪਾਲ ਦੇ ਨਾਲ ਯਮੁਨਾ ਦੇ ਕੰਢੇ ਲੀਲਾ ਵਿਚ ਗਿਆ ਸੀ ਅਤੇ ਜਦੋਂ ਉਹ ਸਾਰੇ ਯਮੁਨਾ ਨਦੀ ਵਿਚ ਨਹਾਉਣ ਗਏ ਤਾਂ ਯਮੁਨਾ ਨਦੀ ਨੇ ਉਨ੍ਹਾਂ ਨੂੰ ਆਪਣੇ ਹੰਕਾਰ ਵਿਚ ਇਸ਼ਨਾਨ ਨਹੀਂ ਕਰਨ ਦਿੱਤਾ। ਉਸ ਸਮੇਂ ਭਗਵਾਨ ਬਲਰਾਮ ਜੀ ਨੇ ਆਪਣੇ ਹਲ ਤੋਂ ਮਿੱਟੀ ਨੂੰ ਚੀਰ ਕੇ ਯਮੁਨਾ ਨਦੀ ਦੀ ਦਿਸ਼ਾ ਬਦਲ ਦਿੱਤੀ ਅਤੇ ਉਨ੍ਹਾਂ ਦੇ ਹੰਕਾਰ ਨੂੰ ਚੂਰ-ਚੂਰ ਕਰ ਦਿੱਤਾ।

9. ਬੁੱਧ ਅਵਤਾਰ:-

ਸ੍ਰੀਮਦ ਭਾਗਵਤ ਮਹਾਪੁਰਾਣ ਵਿੱਚ ਮਹਾਰਿਸ਼ੀ ਵੇਦ ਵਿਆਸ ਜੀ ਮਹਾਰਾਜ ਨੇ ਭਗਵਾਨ ਬੁੱਧ ਅਵਤਾਰ ਬਾਰੇ ਲਿਖਿਆ ਹੈ:

"ਤਤ: ਕਲੈ ਸੰਪ੍ਰਬ੍ਰਤੇ ਸੰਮੋਹਾਯਸੁਰਦਿਕਸ਼ਾਮ੍ ॥
ਬੁਦ੍ਧੋ ਨਾਮਨਾਜਨਸੁਤ: ਕੀਂਕਟੇਸ਼ੁ ਭਵਿਸ਼ਯਤਿ। "

- ਭਾਗਵਤ ਸਕੰਧ 1 ਅਧਿਆਇ 6 ਸ਼ਲੋਕ 19-29

ਇਸ ਤੋਂ ਇਲਾਵਾ ਕਵੀ ਜੈਦੇਵ ਜੀ ਮਹਾਰਾਜ ਨੇ ਆਪਣੀ ਪੁਸਤਕ ਗੋਵਿੰਦ ਗੀਤ ਵਿੱਚ ਬੁੱਧ ਅਵਤਾਰ ਬਾਰੇ ਲਿਖਿਆ ਹੈ :

"ਨਿੰਦਸਿ ਯਗਯ-ਵਿਧੇਰ ਅ ਹ ਹ ਸ਼੍ਰੁਤਿ ਜਾਤਮ।
ਸਦਯ ਹ੍ਰਿਦਯ ਦਰਸ਼ਿਤ-ਪਸ਼ੂ- ਘਾਤਮ ॥
ਕੇਸ਼ਵ ਧ੍ਰਤ-ਬੁਧ-ਸ਼ਰੀਰ, ਜਯ ਜਗਦੀਸ਼ ਹਰੇ॥ "

ਵਿਆਖਿਆ (ਭਾਵ)**:-** ਇਨ੍ਹਾਂ ਸਤਰਾਂ ਵਿੱਚ, ਭਗਵਾਨ ਬੁੱਧ ਬਾਰੇ ਇਹ ਦੱਸਿਆ ਗਿਆ ਹੈ ਕਿ ਉਹ ਭਗਵਾਨ ਵਿਸ਼ਨੂੰ ਦੇ ਨੌਵੇਂ ਅਵਤਾਰ ਹਨ।ਕਲਯੁਗ ਵਿੱਚ, ਦੇਵਦਵੇਸ਼ਿਯਾਂ ਨੂੰ ਮੋਹਤ ਕਰਨ ਲਈ ,ਉੜੀਸਾ ਦੇ ਕੀਂਕਟ ਸ਼ਹਿਰ ਵਿੱਚ ਆਜਾਨ ਦੇ ਪੁੱਤਰ ਵਜੋਂ ਜਨਮ ਹੋਇਆ ਸੀ (ਜੋ ਕਿ

ਅਵਸ਼ਯਕ ਪਰਮਾਣ ਤੋਂ ਬਿਨਾ ਉਨ੍ਹਾਂ ਦਾ **ਜਨਮ ਸਥਾਨ ਨੂੰ ਨੇਪਾਲ ਦੇ ਲੁੰਬਿਨੀ ਖੇਤਰ ਵਜੋਂ ਦਰਸਾਇਆ ਗਿਆ ਹੈ)। ਆਧੁਨਿਕ ਵਿਸ਼ਵਾਸ ਦੇ ਅਨੁਸਾਰ, ਗੌਤਮ ਬੁੱਧ ਨੂੰ ਭਗਵਾਨ ਬੁੱਧ ਦਾ ਅਵਤਾਰ ਕਿਹਾ ਜਾਂਦਾ ਹੈ, ਭਗਵਾਨ ਬੁੱਧ ਨੇ ਕਲਯੁਗ ਦੇ ਵਿਚਕਾਰ ਅਵਤਾਰ ਲਿਆ ਅਤੇ ਯੱਗ** ਵਿੱਚ **ਜਾਨਵਰਾਂ ਦੀ ਬਲੀ ਦੀ ਪ੍ਰਥਾ ਨੂੰ ਖਤਮ** ਕਰਕੇ **ਧਰਮ ਸਥਾਪਨਾ ਦਾ ਕੰਮ ਕੀਤਾ ਗਿਆ ।**

10. ਕਲਕਿ ਅਵਤਾਰ:-

ਸ਼੍ਰੀਮਦ ਭਾਗਵਤ ਮਹਾਪੁਰਾਣ ਵਿੱਚ ਮਹਾਰਿਸ਼ੀ ਵੇਦ ਵਿਆਸ ਜੀ ਮਹਾਰਾਜ ਕਲਕਿ ਅਵਤਾਰ ਬਾਰੇ ਲਿਖਦੇ ਹਨ:

"ਅਥਸੈ ਯੁਗਸੰਧਯਾਯਾਂ ਦਸਯੁਪ੍ਰਾਯੇਸ਼ੁ ਰਾਜਸੁ**,**
ਜਨਿਤਾ ਵਿਸ਼ਣੁਯਸ਼ਸਾ ਨਾਮਨਾ ਕਲਕਿਰਜਗਤਪਤਿ: **। "**
ਬਾਦੈਰਵਿ ਮੋਹਯਤਿ ਯਗਯਕ੍ਰਤੋਂਰਧਦਰਹਾਨ ,
ਸ਼ੈਦ੍ਵਾਨ੍ ਕਲੌ ਕਸ਼ਿਤਿਭੁਜੋ ਨਯਹਨਿਸ਼ਯਦੰਤੇ॥**"**

ਸ਼੍ਰੀ ਮਦ੍ਭਾਗਵਤ- ਪ੍ਰਥਮ: ਸਕੰਧ ਤ੍ਰਤੀਯ **ਅਧਿਆਇ** ਸ਼ਲੋਕ**-25**

ਕਵੀ ਜੈਦੇਵ ਜੀ ਮਹਾਰਾਜ ਨੇ ਕਲਕਿ ਅਵਤਾਰ ਬਾਰੇ ਆਪਣੀ ਪੁਸਤਕ ਗੋਵਿੰਦ ਵਿੱਚ ਲਿਖਿਆ ਹੈ ਕਿ -

" ਮਲੇਛ-ਨਿਵਹ-ਨਿਧਨੇ ਕਲਯਸਿ ਕਰਵਾਲਮ ।
ਧੂਮਕੇਤੁਮ-ਇਵ-ਕਿਮ-ਅਪਿ ਕਰਾਲਮ ॥
ਕੇਸ਼ਵ ਧ੍ਰਤ-ਕਲਕਿ-ਸ਼ਰੀਰ, ਜਯ ਜਗਦੀਸ਼ ਹਰੇ॥ **"**

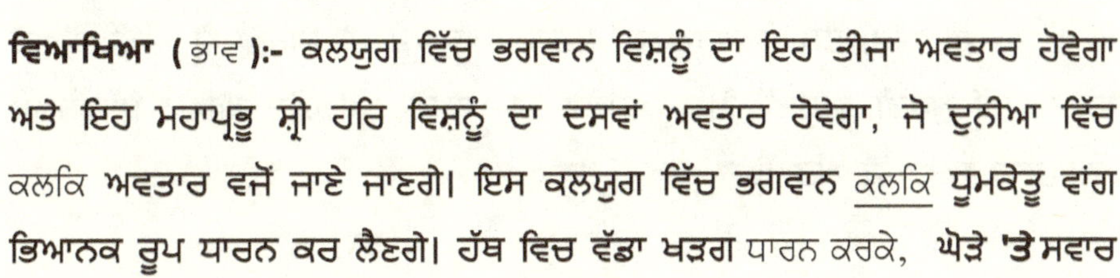

ਵਿਆਖਿਆ (ਭਾਵ **):- ਕਲਯੁਗ ਵਿੱਚ ਭਗਵਾਨ ਵਿਸ਼ਨੂੰ ਦਾ ਇਹ ਤੀਜਾ ਅਵਤਾਰ ਹੋਵੇਗਾ ਅਤੇ ਇਹ ਮਹਾਪ੍ਰਭੂ ਸ਼੍ਰੀ ਹਰਿ ਵਿਸ਼ਨੂੰ ਦਾ ਦਸਵਾਂ ਅਵਤਾਰ ਹੋਵੇਗਾ, ਜੋ ਦੁਨੀਆ ਵਿੱਚ** ਕਲਕਿ **ਅਵਤਾਰ ਵਜੋਂ ਜਾਣੇ ਜਾਣਗੇ। ਇਸ ਕਲਯੁਗ ਵਿੱਚ ਭਗਵਾਨ** ਕਲਕਿ **ਧੂਮਕੇਤੂ ਵਾਂਗ ਭਿਆਨਕ ਰੂਪ ਧਾਰਨ ਕਰ ਲੈਣਗੇ। ਹੱਥ ਵਿਚ ਵੱਡਾ ਖੜਗ** ਧਾਰਨ ਕਰਕੇ, **ਘੋੜੇ 'ਤੇ ਸਵਾਰ**

ਹੋ ਕੇ **ਦੁਸ਼ਟਾਂ,** ਪਾਪਿਆਂ**,**ਅਤਿਆਚਾਰਿਆਂ, ਦੁਰਾਚਾਰਿਆਂ, ਮਲੇਛਾਂ **ਦਾ** ਵਿ**ਨਾਸ਼** ਕਰਨਗੇ **ਅਤੇ** **ਸਤਯੁੱਗ** ਦੇ ਲਈ **ਧਰਮਸਥਾਪਨਾ** ਕਰਨਗੇ**।**

ਮੁਖ ਤੌਰ ਤੇ **ਉਪਰੋਕਤ ਦਸ਼ਾਵਤਰਾਂ ਦਾ ਵਰਣਨ ਸ਼ਾਸਤਰਾਂ** ਅਨੁਸਾਰ ਸੰਖੇਪ **ਵਿੱਚ ਸੰਗ ਕੀਤਾ ਗਿਆ ਹੈ। ਇਸ ਨੂੰ ਪੜ੍ਹਨ ਦੇ ਕੀ ਲਾਭ ਹਨ, ਇਸ ਦਾ ਵਰਣਨ ਸ਼੍ਰੀਮਦ ਭਾਗਵਤ ਮਹਾਪੁਰਾਨ ਵਿੱਚ ਕੀਤਾ ਗਿਆ ਹੈ:**

"ਸ਼੍ਰਣਵਤਾਂ ਸਵਕਥਾਂ ਕ੍ਰਿਸ਼ਣ ਪੂਰਣ ਸ਼੍ਰਚਣਕੀਰਤਨ: ।

ਹ੍ਰਦ੍ਯੰਤਸਯਥੋ ਹਯਭਪ੍ਰਾਣੀ ਸੁਦੁਤਸਤਾਮ੍ ।।

ਜਨਮ ਗੁਹਯ ਭਗਵਤੋ ਯ ਏਤਤ੍ਰ ਪ੍ਰਯਤੋ ਨਰ:।
ਸ਼ਾਮ ਪ੍ਰਾਤ: ਗੁਰਣਨ ਭਕਤਯਾ ਦੁਖ ਗ੍ਰਾਮਾਦ ਬਿਮੁਖਤੇ। "
- ਸ਼੍ਰੀਮਦ ਭਾਗਵਤਮ ਪ੍ਰਥਮ **ਸਕੰਧ: ਦਵਿਤਿ ਅਧਿਆਇ: ਸ਼ਲੋਕ-17**
ਸ੍ਰੀ ਜੈਦੇਵ ਜੀ ਇਸ ਦਸ਼ਅਵਤਾਰ ਨੂੰ ਪੜ੍ਹਨ ਅਤੇ ਸੁਣਨ ਦੇ ਲਾਭ ਬਾਰੇ ਵੀ ਇਸ ਪ੍ਰਕਾਰ ਲਿਖਦੇ ਹਨ :

" ਸ਼੍ਰੀ ਜਯ ਦੇਵ ਕਵੇਰ-ਇਧਮ-ਉਦਿਤਮ-ਉਦਾਰਮ।

ਸ਼੍ਰਣੂ ਸੁਖਦਮ-ਸ਼ੁਭਦਮ ਭਵ-ਸਾਰਮ ॥

ਕੇਸ਼ਵ ਧ੍ਰਤ-ਦਸ਼-ਵਿਦ-ਰੂਪ, ਜਯ ਜਗਦੀਸ਼ ਹਰੇ॥ "

ਵਿਆਖਿਆ:**- ਭਗਵਾਨ ਵਿਸ਼ਨੂੰ ਦੇ ਦਸ਼ਵਤਾਰ ਸਤੋਤਰਾ ਦਾ ਪਾਠ ਕਰਨਾ ਸ਼ੁੱਭ ਅਤੇ** ਸੁਖਦਾਇਯਕ ਹੁੰਦਾ **ਹੈ। ਇਸ ਨੂੰ ਪੜ੍ਹਨ ਜਾਂ ਸੁਣਨ ਨਾਲ ਪ੍ਰਭੂ ਦੀ ਕਿਰਪਾ ਹੋ ਜਾਂਦੀ ਹੈ ਅਤੇ ਭਵਸਾਗਰ ਤੋਂ ਮੁਕਤੀ ਮਿਲਦੀ ਹੈ। ਸ਼੍ਰੀ ਜੈਦੇਵ ਜੀ ਆਪਣੀ** ਗ੍ਰੰਥ **ਗੀਤ ਗੋਵਿੰਦ ਵਿੱਚ ਲਿਖੇ ਦਸ਼ਅਵਤਾਰ ਸਤੋਤ੍ਰ ਦੇ ਅੰਤ ਵਿੱਚ ਲਿਖਦੇ ਹਨ:**
" ਵੇਦਾਨੁਦ੍ਧਰਤੇ ਜਗਂਤਿ ਵਹ ਭੂਗੋਲਤੇ ਮੁਦ੍ਬਿਭ੍ਰਤੇ,

ਦੈਤਯਂ ਦਾਰਯਤੇ ਬਲਿਂ ਛਾਲਯਤੇ ਕਸ਼ਤ੍ਰਕਸ਼ਯਂ ਕੁਰਵਤੇ।
ਪੌਲਸਤਯਂ ਜਯਤੇ ਹਲਂ ਕਲਯਤੇ ਕਾਰੂਣਯਮਾਤੰਵਤੇ ,
ਮਲੇਚਛਾਂਮੂਰਚਛਯਤੇ ਦਸ਼ਾਕ੍ਰਤੇ ਕ੍ਰਸ਼ਣਾਯ ਤੁਭਯਂ ਨਮ:॥ "

ਹੇ ਸ਼੍ਰੀ ਕ੍ਰਿਸ਼ਨ! ਆਪ ਜੀ ਨੇ ਮਤਸਯ ਦਾ ਰੂਪ ਧਾਰਨ ਕਰਕੇ ਸਮੁੰਦਰ ਵਿੱਚ ਡੁੱਬੇ ਵੇਦਾਂ ਨੂੰ ਬਚਾਇਆ, ਸਮੁੰਦਰ-ਮੰਥਨ ਸਮੇਂ ਕਛਪ (ਮਹਾਕੂਰਮ) ਰੂਪ ਧਾਰਨ ਕੀਤਾ ਅਤੇ ਧਰਤੀ ਨੂੰ ਆਪਣੀ ਪਿੱਠ ਤੇ ਧਾਰਨ ਕੀਤਾ, ਮਹਾ ਵਰਹ ਦੇ ਰੂਪ ਵਿੱਚ ਵਰਾਹ ਦਾ ਰੂਪ ਧਾਰਨ ਕਰਕੇ ਕਾਰਣਾਰਣਵ ਵਿੱਚ ਡੁਬੀ ਧਰਤੀ ਦਾ ਉਧਾਰ ਕੀਤਾ , ਪ੍ਰਭੂ ਨੇ ਨਰਸਿਮ੍ਹਾ ਦੇ ਰੂਪ ਵਿੱਚ ਹਿਰਣਯਕਸ਼ਿਪੁ ਆਦਿ ਰਾਖਸ਼ਾਂ ਨੂੰ ਮਾਰ ਕੇ ਧਰਮ ਦੀ ਸਥਾਪਨਾ ਕੀਤੀ। ਵਾਮਨ ਅਵਤਾਰ ਵਿੱਚ ਪ੍ਰਭੂ ਵਾਮਨ ਨੇ ਰਾਜੇ ਬਲੀ ਨਾਲ ਛਲ ਕੀਤਾ, ਭਗਵਾਨ ਪਰਸ਼ੂਰਾਮ ਦੇ ਰੂਪ ਵਿੱਚ ਖੱਤਰੀਆਂ ਨੂੰ ਮਾਰ ਦਿੱਤਾ, ਭਗਵਾਨ ਸ਼੍ਰੀ ਰਾਮ ਦੇ ਰੂਪ ਵਿੱਚ ਮਹਾਬਲੀ ਰਾਵਣ ਨੂੰ ਜਿੱਤ ਲਿਆ, ਸ਼੍ਰੀ ਬਲਰਾਮ ਜੀ ਦੇ ਰੂਪ ਵਿੱਚ ਭਗਵਾਨ ਨੇ ਹਲ ਨੂੰ ਹਥਿਆਰ ਦੇ ਰੂਪ ਵਿੱਚ ਫੜਿਆ, ਭਗਵਾਨ ਬੁੱਧ ਦੇ ਰੂਪ ਵਿੱਚ ਦਇਆ ਦਾ ਵਿਸਤਾਰ ਕੀਤਾ, ਅਤੇ ਕਲਕਿ ਦੇ ਰੂਪ ਵਿੱਚ ਮਲੇਛਾਂ ਨੂੰ ਮੂਰਸ਼ਿਤ ਕਰਨਗੇ। ਇਸ ਤਰ੍ਹਾਂ ਮੈਂ ਮਹਾਪ੍ਰਭੂ ਭਗਵਾਨ ਸ਼੍ਰੀ ਕ੍ਰਿਸ਼ਨ ਜੀ ਦੇ ਚਰਨਾਂ ਦੀ ਪੂਜਾ ਕਰਦਾ ਹਾਂ, ਜੋ ਦਸਵਤਾਰ ਦੇ ਰੂਪ ਵਿੱਚ ਪ੍ਰਗਟ ਹੁੰਦੇ ਹਨ। ਭਵਿਸ਼ਯ ਮਲਿਕਾ ਗ੍ਰੰਥ ਦੇ ਮਹਾਂਪੁਰਖ ਅਚਯੁਤਾਨੰਦ ਜੀ ਆਪਣੇ ਗ੍ਰੰਥ ਅਸ਼ਟਾਗੁਜਰੀ ਵਿੱਚ ਲਿਖਦੇ ਹਨ :

"ਭਾਵ ਵਿਨੋਦੀਆ ਠਾਕੁਰ ਭਗਤਾ ਵਤਸਲ ਹਰਿ,
ਭਗਤ ਅੰਕ ਪਾਈਂ ਕਲੇਵਰ ਦਸ਼ ਮੁਰਤੀ ਧਰਿ। "

ਵਿਆਖਿਆ (ਭਾਵ):- ਭਗਵਾਨ ਵਿਸ਼ਨੂੰ ਇੱਕ ਭਗਤ ਵਤਸਲ ਹਨ, ਭਾਵ ਦੇ ਭਗਵਾਨ ਹਨ, ਭਗਤਾਂ ਦੇ ਭਾਵਨਾਵਾਂ ਨੂੰ ਹੀ ਸਮਝਦੇ ਹਨ। ਯੁਗ-ਯੁਗ ਵਿੱਚ ਦਸ ਅਵਤਾਰ ਕੇਵਲ ਭਗਤਾਂ ਦੀ ਭਲਾਈ (ਕਲਿਆਣ)ਲਈ ਹੀ ਧਾਰਨ ਕਰਦੇ ਹਨ।

ਅਧਿਆਇ- 6

ਕਲਯੁਗ ਦੇ ਅੰਤ ਹੋਣ ਦੇ ਲੱਛਣ

ਕਲਯੁਗ ਦਾ ਅੰਤ ਹੋ ਗਿਆ ਹੈ ਅਤੇ ਇਸ ਤੱਥ ਨੂੰ ਸਾਬਤ ਕਰਨ ਲਈ, ਮਹਾਨ ਪੰਚਸਾਖਿਆਵਾਂ ਨੇ ਭਾਵਿਸ਼ਯ ਮਲਿਕਾ ਗ੍ਰੰਥਾਂ ਵਿੱਚ ਬਹੁਤ ਸਾਰੇ ਲੱਛਣਾਂ ਦਾ ਸਪੱਸ਼ਟ ਰੂਪ ਵਿੱਚ ਵਰਣਨ ਕੀਤਾ ਹੈ :-

(ੳ) ਮਨੁੱਖੀ ਸਭਿਅਤਾ ਵਿੱਚ ਪਰਿਵਰਤਨ:-

1. ਮਨੁੱਖੀ ਸਮਾਜ ਵਿੱਚ ਕਿਤੇ ਨਾ ਕਿਤੇ ਮਰਦਾਂ ਅਤੇ ਔਰਤਾਂ ਵਿੱਚ ਬੱਝਵੇਂ ਨੁਕਸ ਪੈਦਾ ਹੋ ਜਾਣਗੇ, ਜਿਸ ਕਾਰਨ ਬੱਚੇ ਪੈਦਾ ਨਹੀਂ ਹੋਣਗੇ|
2. ਸਮਾਜ ਵਿੱਚ ਕਿਤੇ ਨਾ ਕਿਤੇ ਮਰਦ ਅਤੇ ਔਰਤਾਂ ਆਪਣਾ ਲਿੰਗ ਬਦਲ ਲੈਣਗੇ।
3. ਸਮਾਜ ਵਿਚ ਕਿਤੇ ਨਾ ਕਿਤੇ ਬੱਚੇ ਕਾਮ, ਸਵਾਰਥ ਅਤੇ ਪੈਸੇ ਦੇ ਲਾਲਚ ਕਾਰਨ ਆਪਣੇ ਮਾਪਿਆਂ ਨੂੰ ਮਾਰ ਦੇਣਗੇ।
4. ਸਮਾਜ ਵਿਚੋਂ ਸਾਂਝੇ ਪਰਿਵਾਰ ਦੀ ਪਰੰਪਰਾ ਖ਼ਤਮ ਹੋ ਜਾਵੇਗੀ, ਭਰਾ-ਭਰਾ ਤੋਂ ਇਲਾਵਾ ਕਿਤੇ ਨਾ ਕਿਤੇ ਪਤੀ-ਪਤਨੀ ਵੀ ਵੱਖਰੇ-ਵੱਖਰੇ ਘਰਾਂ ਵਿਚ ਰਹਿਣਗੇ।
5. ਕੁਝ ਬੱਚੇ ਆਪਣੇ ਮਾਪਿਆਂ ਨੂੰ ਘਰੋਂ ਬਾਹਰ ਕੱਢ ਦੇਣਗੇ, ਜਿੱਥੇ ਉਨ੍ਹਾਂ ਨੂੰ ਬਿਰਧ ਆਸ਼ਰਮ ਵਿੱਚ ਪਨਾਹ ਲੈਣੀ ਪਵੇਗੀ।
6. ਜ਼ਿਆਦਾਤਰ ਲੋਕ ਹਰ ਸਮੇਂ ਛੋਟੀਆਂ ਬਿਮਾਰੀਆਂ ਤੋਂ ਪੀੜਤ ਹੋਣਗੇ ਅਤੇ ਸਿਰਫ

ਦਵਾਈਆਂ 'ਤੇ ਹੀ ਰਹਿਣਗੇ।

7. ਸਮਾਜ ਵਿੱਚ ਮਾਸਾਹਾਰੀ, ਸ਼ਰਾਬੀਆਂ, ਤੰਬਾਕੂ ਸੇਵਨ ਕਰਨ ਵਾਲਿਆਂ ਅਤੇ ਨਸ਼ਿਆਂ ਦੇ ਆਦੀ ਲੋਕਾਂ ਦੀ ਗਿਣਤੀ ਵਿੱਚ ਬਹੁਤ ਵਾਧਾ ਹੋਵੇਗਾ।

8. ਦੁਨੀਆ ਵਿੱਚ ਗਰਭਪਾਤ ਅਤੇ ਭਰੂਣ ਹੱਤਿਆ ਵਰਗੇ ਪਾਪਾਂ ਵਿੱਚ ਬਹੁਤ ਵਾਧਾ ਹੋਵੇਗਾ।

9. ਸੰਸਾਰ ਵਿੱਚ ਦੂਜੀਆਂ ਪਤਨੀਆਂ (ਵਿਆਹ ਤੋਂ ਬਾਹਰਲੇ ਮਾਮਲੇ) ਦੀ ਗਿਣਤੀ ਵਿੱਚ ਬਹੁਤ ਵਾਧਾ ਹੋਵੇਗਾ।

10. ਪਤੀ-ਪਤਨੀ ਵਿੱਚ ਕੋਈ ਸ਼ੁੱਧਤਾ ਨਹੀਂ ਹੋਵੇਗੀ।
11. ਮਨੁੱਖੀ ਸਮਾਜ ਦੇਵੀ-ਦੇਵਤਿਆਂ ਦੀ ਪੂਜਾ ਨਹੀਂ ਕਰੇਗਾ।
12. ਪੁੱਤਰ ਆਪਣੇ ਮਰੇ ਹੋਏ ਮਾਪਿਆਂ ਦੀ ਦੇਹ ਦਾਨ ਨਹੀਂ ਕਰੇਗਾ।
13. ਕਿਤੇ ਪੁੱਤਰ ਮਾਪਿਆਂ ਦੇ ਅੰਤਿਮ ਸੰਸਕਾਰ ਵਿੱਚ ਯੋਗਦਾਨ ਨਹੀਂ ਪਾਵੇਗਾ।
14. ਵਿਧਵਾ ਔਰਤਾਂ ਵੀ ਅੰਤਿਮ ਸੰਸਕਾਰ ਕਰਨਗੀਆਂ ਅਤੇ ਪਿੰਡ ਦਾਨ ਵੀ ਦੇਣਗੀਆਂ।
15. ਮਰਦ ਅਤੇ ਔਰਤਾਂ ਇੱਕ ਦੂਜੇ ਨਾਲ ਵਿਆਹ ਕਰਨਾ ਸ਼ੁਰੂ ਕਰ ਦੇਣਗੇ।
16. ਮਰਦ ਅਤੇ ਔਰਤਾਂ ਇੱਕ ਦੂਜੇ ਨਾਲ ਵਿਆਹ ਕਰਨਾ ਸ਼ੁਰੂ ਕਰ ਦੇਣਗੇ।
17. ਭੈਣ-ਭਰਾ ਵੀ ਇੱਕ ਦੂਜੇ ਨਾਲ ਵਿਆਹ ਕਰਨਾ ਸ਼ੁਰੂ ਕਰ ਦੇਣਗੇ।
18 . ਪਿਤਾ ਦੇ ਧੀ ਨਾਲ ਕਿਤੇ ਨਾ ਕਿਤੇ ਗਲਤ ਸੰਬੰਧ ਹੋਣਗੇ।
19. ਮਰਦ ਮਰਦ ਰੰਗ ਦੇ ਪਹਿਰਾਵੇ ਵਿੱਚ ਤਿਆਰ ਹੋਣਗੇ ਅਤੇ ਔਰਤਾਂ ਬਹੁਤ ਹੀ ਕਾਮੁਕ ਹੋ ਜਾਣਗੀਆਂ ਅਤੇ ਇੱਕ ਮਲੇਕਸਿਨ ਦਾ ਰੂਪ ਲੈਣਗੀਆਂ।

20. ਕੁਝ ਆਦਮੀ ਬੱਚਿਆਂ ਨੂੰ ਵੀ ਜਨਮ ਦੇਣਗੇ।

21. ਆਦਮੀ ਸਿਰ ਦੇ ਉੱਪਰਲੇ ਹਿੱਸੇ ਵਿੱਚ ਵਾਲਾਂ ਨੂੰ ਰੱਖ ਕੇ ਕੰਨ ਦੇ ਉੱਪਰਲੇ ਹਿੱਸੇ ਤੋਂ ਵਾਲਾਂ ਨੂੰ ਕੱਟਣਗੇ।

22. ਮਾਮੀ ਅਤੇ ਭਤੀਜੇ ਦਾ ਵਿਆਹ ਹੋਵੇਗਾ।

23. ਚਾਚੀ ਅਤੇ ਭਤੀਜੇ ਦਾ ਵਿਆਹ ਹੋਵੇਗਾ।

24 ਸੱਸ ਅਤੇ ਜਮਾਈ ਦਾ ਅਨੈਤਿਕ ਰਿਸ਼ਤਾ ਹੋਵੇਗਾ।

25. ਮਾਮਾ ਆਪਣੀ ਭਤੀਜੀ ਨਾਲ ਵਿਆਹ ਕਰਨਾ ਸ਼ੁਰੂ ਕਰ ਦੇਵੇਗੀ।

26. ਸਾਰੇ ਲੋਕ ਪੱਛਮੀ ਸਭਿਅਤਾ ਨੂੰ ਅਪਣਾਉਣਗੇ ਅਤੇ ਉਸ ਅਨੁਸਾਰ ਕੱਪੜੇ ਪਹਿਨਣਗੇ।

27 . ਵਿਆਹੀਆਂ ਔਰਤਾਂ ਦੇ ਮੱਥੇ 'ਤੇ ਸਿੰਦੂਰ ਅਤੇ ਹੱਥਾਂ ਵਿੱਚ ਚੂੜੀਆਂ ਨਹੀਂ ਪਹਿਨਣੀਆਂ ਚਾਹੀਦੀਆਂ।

28. ਕਲਯੁਗ ਵਿੱਚ, ਕੋਈ ਵੀ ਮਨੁੱਖ 100 ਪ੍ਰਤੀਸ਼ਤ ਜੀਵਨ ਦਾ ਅਨੰਦ ਨਹੀਂ ਲੈ ਸਕੇਗਾ।

29. ਗੀਤਾ, ਭਗਵਤ, ਸ਼ਾਸਤਰ ਅਤੇ ਪੁਰਾਣਾਂ ਤੋਂ ਇਲਾਵਾ ਮਨੁੱਖੀ ਸਮਾਜ ਕਾਮ ਸ਼ਾਸਤਰ ਦਾ ਅਧਿਐਨ ਕਰੇਗਾ।

30. ਲੋਕ ਮਾਤਾ ਤੁਲਸੀ ਜੀ ਦੀ ਪੂਜਾ ਕਰਨਾ ਬੰਦ ਕਰ ਦੇਣਗੇ।

31. ਲੋਕ ਪਿੰਡ ਦੇ ਦੇਵੀ-ਦੇਵਤੇ ਹਨ। ਉਹ ਕੁਲਦੇਵੀ ਦੀ ਪੂਜਾ ਬੰਦ ਕਰ ਦੇਣਗੇ।

32. ਸਮਾਜ ਵਿੱਚ ਝੂਠ ਬੋਲਣ ਵਾਲਿਆਂ ਦੀ ਗਿਣਤੀ ਵਿੱਚ ਬਹੁਤ ਵਾਧਾ ਹੋਵੇਗਾ।

33. ਪਾਪੀ, ਭ੍ਰਿਸ਼ਟ ਅਤੇ ਅਗਿਆਨੀ ਲੋਕਾਂ ਨੂੰ ਸਮਾਜ ਵਿੱਚ ਬਹੁਤ ਸਤਿਕਾਰ ਮਿਲੇਗਾ।

34. ਵਿਆਹ ਵਿੱਚ ਊਚ-ਨੀਚ, ਜਾਤ-ਪਾਤ, ਧਰਮ ਅਤੇ ਜਾਤ-ਪਾਤ ਨਹੀਂ ਹੋਵੇਗੀ।

35. ਇੱਕ ਜਵਾਨ ਆਦਮੀ ਆਪਣੇ ਤੋਂ ਵੱਡੀ ਉਮਰ ਦੀ ਔਰਤ ਨਾਲ ਵਿਆਹ ਕਰੇਗਾ।

36. ਸਿਆਣੇ ਅਤੇ ਕੋਮਲ ਲੋਕ ਵੀ ਗਾਇਤਰੀ ਮੰਤਰ ਸਾਧਨਾ ਨੂੰ ਛੱਡ ਦੇਣਗੇ ਅਤੇ ਜਾਦੂ-ਟੂਣੇ ਆਦਿ ਦਾ ਅਭਿਆਸ ਕਰਨਾ ਸ਼ੁਰੂ ਕਰ ਦੇਣਗੇ।

37. ਰੱਖਿਅਕ ਸ਼ਿਕਾਰੀ ਬਣ ਜਾਣਗੇ (ਉਕਾਬ ਦਾਣੇ ਖਾ ਜਾਣਗੇ)

38. ਵੇਦਾਂ ਦਾ ਮਾਰਗ ਸੰਸਾਰ ਤੋਂ ਦੂਰ ਹੋ ਜਾਵੇਗਾ।

39. ਔਰਤਾਂ ਆਪਣੇ ਵਾਲਾਂ ਨੂੰ ਖੋਲ੍ਹ ਕੇ ਇੱਧਰ-ਉੱਧਰ ਘੁੰਮਣਗੀਆਂ। ਮੁਟਿਆਰਾਂ ਅਰਧ-ਨਗਨ ਅਵਸਥਾ ਵਿੱਚ ਰਹਿਣਗੀਆਂ ਅਤੇ | ਪ੍ਰਦਰਸ਼ਨ ਕਰਨਾ ਸ਼ੁਰੂ ਕਰ ਦੇਣਗੀਆਂ

40. ਕੁਝ ਔਰਤਾਂ ਆਪਣੇ ਸਰੀਰ ਨੂੰ ਵੇਚ ਕੇ ਆਪਣਾ ਗੁਜ਼ਾਰਾ ਕਰਨਗੀਆਂ।

41. ਕਲਯੁਗ ਦੇ ਆਖਰੀ ਸਮੇਂ ਰਾਜੇ ਰਾਜ ਨਹੀਂ ਕਰਨਗੇ।

42. ਲੋਕ ਏਕਾਦਸ਼ੀ ਦਾ ਵਰਤ ਰੱਖਣਗੇ ਪਰ ਮਾਸ ਵੀ ਖਾਣਗੇ।

43. ਕੁਝ ਲੋਕ ਨਿਰਮਲੇ (ਜਗਨਨਾਥ ਜੀ ਦੇ ਮਹਾਪ੍ਰਸਾਦ) ਦੇ ਨਾਲ-ਨਾਲ ਸ਼ਰਾਬ ਅਤੇ ਮਾਸ ਖਾਣਾ ਸ਼ੁਰੂ ਕਰ ਦੇਣਗੇ।

44. ਸਮੇਂ ਦੇ ਨਾਲ, ਲੋਕ ਖਾਣ, ਪੀਣ ਅਤੇ ਸੌਣਗੇ।

45 ਪਤੀ-ਪਤਨੀ ਦੇ ਕੰਮ ਨਾਲ ਬੇਵਕਤ ਜਾਂ ਦਿਨ ਵੇਲੇ ਬੱਚੇ ਗਰਭ ਵਿਚ ਹੀ ਨਸ਼ਟ ਹੋ ਜਾਣਗੇ।

46. ਸਮਾਜ ਵਿੱਚ ਕੁਝ ਕੁਆਰੇ ਲੋਕਾਂ ਦਾ ਗੁਪਤ ਰੂਪ ਵਿੱਚ ਗਰਭਪਾਤ ਹੋ ਜਾਂਦਾ ਹੈ।

47. ਸਮਾਜ ਦੇ ਕੁਝ ਮਰਦ ਪਰਦੇਸੀ ਔਰਤ ਨੂੰ ਲੈ ਜਾਣਗੇ ਅਤੇ ਉਸ ਨਾਲ ਮਸਤੀ ਕਰਨਗੇ।

48 . ਸੰਸਾਰ ਦੇ ਸਾਰੇ ਪਰਿਵਾਰਾਂ ਵਿੱਚ ਅਸ਼ਾਂਤੀ ਦਾ ਮਾਹੌਲ ਝਲਕਦਾ ਰਹੇਗਾ।

(ਅ) ਕੁਦਰਤ ਅਤੇ ਪੰਚਭੂਤ ਵਿੱਚ ਤਬਦੀਲੀਆਂ:-

1. ਕੋਇਲ ਅੱਧੀ ਰਾਤ ਨੂੰ ਗੀਤ ਗਾਏਗੀ।

2. ਸਮੇਂ ਦੇ ਨਾਲ, ਅੰਬ ਦੇ ਰੁੱਖ ਨੂੰ ਫਲ ਲੱਗਣੇ ਸ਼ੁਰੂ ਹੋ ਜਾਣਗੇ।

3 . ਨਿੰਮ ਦੇ ਰੁੱਖ ਵਿੱਚ ਸਮੇਂ ਸਿਰ ਫੁੱਲ ਅਤੇ ਫਲ ਵੱਧਣੇ ਸ਼ੁਰੂ ਹੋ ਜਾਣਗੇ।

4. ਵੱਖ-ਵੱਖ ਰੁੱਖਾਂ ਨੂੰ ਵੱਖ-ਵੱਖ ਤਰੀਕਿਆਂ ਨਾਲ ਵੱਖ-ਵੱਖ ਫਲ ਅਤੇ ਫੁੱਲ ਲੱਗਣੇ ਸ਼ੁਰੂ ਹੋ ਜਾਣਗੇ (ਜੋ ਹੋਣਾ ਚਾਹੀਦਾ ਹੈ, ਜਿਵੇਂ ਕਿ (ਤੁਲਸੀ ਦੇ ਪੌਦੇ ਵਿੱਚ ਹਿਬਿਸਕਸ ਦੇ ਫੁੱਲ ਦਾ ਖਿੜਨਾ) ਜਾਂ ਇੱਕੋ ਪੌਦੇ ਦੀ ਜੜ੍ਹ ਵਿੱਚ ਆਲੂ ਅਤੇ ਤਣੇ ਵਿੱਚ ਟਮਾਟਰ ਦੇ ਫਲ |

5. ਝੋਨੇ ਦੀ ਕਾਸ਼ਤ ਬਾਂਸ ਦੇ ਰੁੱਖਾਂ ਵਿੱਚ ਹੋਵੇਗੀ।

6. ਕੀੜੇ-ਮਕੌੜੇ ਖੇਤਾਂ ਵਿੱਚ ਹੀ ਅਨਾਜ ਵਿੱਚੋਂ ਮਿਲ ਜਾਣਗੇ।

7. ਘੱਟ ਜਾਂ ਵੱਧ ਵਰਖਾ ਹੋਵੇਗੀ, ਜਿਸ ਨਾਲ ਫਸਲਾਂ ਵੀ ਘੱਟ ਜਾਣਗੀਆਂ।

8 . ਅਕਾਲ ਅਤੇ ਅਕਾਲ ਪੁਰਖੁ ਕਈ ਥਾਵਾਂ ਤੇ ਪੈਣਗੇ।

9. ਅਸਮਾਨੀ ਬਿਜਲੀ ਡਿੱਗਣ ਨਾਲ ਮਨੁੱਖ ਤੇ ਜੀਵ ਜੰਤੂਆਂ ਦੀ ਮੌਤ ਹੋ ਜਾਵੇਗੀ।

10. ਗਊ ਮਾਤਾ ਵੀ ਸਮੇਂ ਤੋਂ ਪਹਿਲਾਂ ਹੀ ਮਰ ਜਾਵੇਗੀ।

11. ਮਨੁੱਖਾਂ ਅਤੇ ਜਾਨਵਰਾਂ ਵਿੱਚ ਅਗਿਆਤ ਬਿਮਾਰੀਆਂ ਫੈਲਣੀਆਂ ਸ਼ੁਰੂ ਹੋ ਜਾਣਗੀਆਂ।

12. ਧਰਤੀ 'ਤੇ 64 ਤਰ੍ਹਾਂ ਦੀਆਂ ਮਹਾਂਮਾਰੀਆਂ ਫੈਲਣਗੀਆਂ।

13. ਰੁੱਤਾਂ ਵਿੱਚ ਬੇਵਕਤ ਤਬਦੀਲੀ ਆਵੇਗੀ ਅਤੇ ਸਿਰਫ 13 ਦਿਨਾਂ ਵਿੱਚ 6 ਰੁੱਤਾਂ ਦਾ ਅਨੰਦ ਲਿਆ ਜਾਵੇਗਾ।

14. ਨਦੀਆਂ ਵਿੱਚ ਬੇਵਕਤੀ ਹੜ੍ਹ ਆ ਜਾਵੇਗਾ।

15. ਸੂਰਜ ਦੀ ਧੱਫੜ 10 ਗੁਣਾ ਤੇਜ਼ ਹੋਵੇਗੀ।

16. ਦੁਪਹਿਰ ਨੂੰ ਧੁੰਦ ਪਵੇਗੀ।

17. ਇੱਥੇ ਅਕਸਰ ਤੂਫਾਨ ਆਉਂਦੇ ਰਹਿਣਗੇ ਅਤੇ ਸਮੁੰਦਰ ਵਾਰ-ਵਾਰ ਤੂਫਾਨ ਦੇ ਜ਼ੋਰ 'ਤੇ ਕਿਨਾਰੇ ਦੀ ਸੀਮਾ ਦੀ ਉਲੰਘਣਾ ਕਰੇਗਾ।

18. ਰੇਗਿਸਤਾਨ ਵਿੱਚ ਹੜ੍ਹ ਆਉਣਗੇ।

19. ਭਾਰੀ ਵਰਖਾ ਨਾਲ ਪਹਾੜਾਂ ਦੀਆਂ ਚੋਟੀਆਂ ਵਿੱਚ ਵੀ ਹੜ੍ਹ ਆ ਜਾਵੇਗਾ ਅਤੇ ਇਸ ਨਾਲ ਮਨੁੱਖਾਂ ਅਤੇ ਜਾਨਵਰਾਂ ਦੀ ਮੌਤ ਹੋ ਜਾਵੇਗੀ ।

20 . ਜਲ ਅਤੇ ਸਮੁੰਦਰੀ ਜੀਵ ਵੀ ਬਹੁਤ ਮਰ ਜਾਣਗੇ।

21. ਜੰਗਲ ਵਿੱਚ ਰਹਿਣ ਵਾਲੇ ਬਹੁਤ ਸਾਰੇ ਹਿੰਸਕ ਜਾਨਵਰ ਪਿੰਡਾਂ ਅਤੇ ਸ਼ਹਿਰਾਂ ਵਿੱਚ ਆਉਣਗੇ ਅਤੇ ਮਨੁੱਖਾਂ ਨੂੰ ਨੁਕਸਾਨ ਪਹੁੰਚਾਉਣਗੇ।

22. ਸੂਰਜ ਦੀ ਤੇਜ਼ ਗਰਮੀ ਦੇ ਕਾਰਨ, ਉੱਤਰੀ ਅਤੇ ਦੱਖਣੀ ਮੇਰੂ ਪਹਾੜਾਂ ਦੀ ਬਰਫ ਪਿਘਲਣੀ ਸ਼ੁਰੂ ਹੋ ਜਾਵੇਗੀ।

23. ਵੱਡੇ-ਵੱਡੇ ਜੰਗਲਾਂ ਵਿੱਚ ਅੱਗ ਲੱਗਣ ਨਾਲ ਲੱਖਾਂ ਹੀ ਜੰਗਲੀ ਜਾਨਵਰ ਮਰ ਜਾਣਗੇ।

24. ਹਰ ਮਹੀਨੇ ਹਰ ਮਹੀਨੇ ਧਰਤੀ ਦੇ ਹਰ ਕੋਨੇ ਵਿੱਚ ਭੁਚਾਲ ਅਤੇ ਕੰਪਨ ਆਉਣੇ ਸ਼ੁਰੂ ਹੋ ਜਾਣਗੇ|

25. ਗਿੱਦੜ ਦਿਨ ਵੇਲੇ ਕੁਰਲਾਉਂਦੇ ਰਹਿਣਗੇ।

26. ਚਿਕਨ ਦੇ ਤਾਜ ਦਾ ਰੰਗ ਲਾਲ ਤੋਂ ਚਿੱਟਾ ਹੋ ਜਾਵੇਗਾ।

27 ਵੈਸ਼ਾਖ ਦੇ ਮਹੀਨੇ ਵਿੱਚ ਵੀ ਕਮਲ ਖਿੜੇਗਾ।

28. ਧੂੰਆਂ ਚਾਰੇ ਦਿਸ਼ਾਵਾਂ ਵਿੱਚ ਦਿਖਾਈ ਦੇਵੇਗਾ।

29. ਧਰਤੀ ਦੇ ਚਪਟੇ ਅਤੇ ਪਹਾੜੀ ਇਲਾਕਿਆਂ ਵਿੱਚ ਬੱਦਲ ਫਟਣ ਅਤੇ ਵਰਖਾ ਹੋਵੇਗੀ।

30. ਹਰ ਮਹੀਨੇ ਤੂਫਾਨ, ਤੂਫਾਨ, ਚੱਕਰਵਾਤੀ ਤੂਫਾਨ, ਧੂੜ ਦੇ ਤੂਫਾਨ ਆਦਿ ਧਰਤੀ ਦੇ ਕਿਸੇ ਨਾ ਕਿਸੇ ਸਥਾਨ 'ਤੇ ਆਉਣਗੇ। ਬਹੁਤ ਸਾਰੇ ਨਵੇਂ ਅਤੇ ਸੁਸਤ ਜਵਾਲਾਮੁਖੀ ਵੀ ਧਰਤੀ 'ਤੇ ਜਾਗਣੇ ਸ਼ੁਰੂ ਹੋ ਜਾਣਗੇ।

(ੲ) **ਗ੍ਰਹਿਆਂ ਅਤੇ ਤਾਰਾ-ਮੰਡਲਾਂ ਵਿੱਚ ਤਬਦੀਲੀਆਂ:**

1 . ਚੰਦਰਮਾ ਦੀਆਂ ਕਿਰਨਾਂ ਧੁੰਦਲੀਆਂ ਨਜ਼ਰ ਆਉਣਗੀਆਂ।

2 . ਸੂਰਜ ਦੀਆਂ ਕਿਰਨਾਂ ਬਹੁਤ ਤੇਜ਼ ਹੋਣਗੀਆਂ।

3. ਪੱਖ ਵਿੱਚ ਵਾਰ-ਵਾਰ ਸਾਈਡ ਬਦਲਣਗੇ ਅਤੇ 13-ਦਿਨ ਦਾ ਪੱਖ ਹੋਵੇਗਾ।

4. ਉਲਕਾਵਾਂ ਆਸਮਾਨ ਤੋਂ ਵਾਰ-ਵਾਰ ਡਿੱਗਣਗੀਆਂ।

5. ਕਈ ਵਾਰ ਅਮਾਵਸਿਆ ਅਤੇ ਸੰਕਰਾਂਤੀ ਇੱਕੋ ਦਿਨ ਇਕੱਠੇ ਹੋ ਜਾਣਗੇ।

6. ਅਕਸਰ ਪੂਰਨਮਾਸ਼ੀ ਅਤੇ ਸੰਕਰਾਂਤੀ ਇੱਕੋ ਦਿਨ ਇਕੱਠੇ ਹੋ ਜਾਂਦੇ ਹਨ।

7. ਅਮਾਵਸਿਆ 'ਤੇ ਸੂਰਜ ਗ੍ਰਹਿਣ ਅਤੇ ਪੂਰਨਮਾਸ਼ੀ 'ਤੇ ਚੰਦਰ ਗ੍ਰਹਿਣ ਸਿਰਫ ਇੱਕ ਪਾਸੇ ਦੀ ਦੂਰੀ 'ਤੇ ਦਿਖਾਈ ਦੇਵੇਗਾ।

8. ਅੰਤ ਵਿੱਚ, ਰਿੰਗ ਸੂਰਜ ਦੇ ਆਲੇ-ਦੁਆਲੇ ਪ੍ਰਤੀਬਿੰਬਤ ਹੋਵੇਗੀ ਅਤੇ ਬੇਵਕਤੀ, ਰਿੰਗ ਚੰਦਰਮਾ ਦੇ ਆਲੇ-ਦੁਆਲੇ ਵੀ ਪ੍ਰਤੀਬਿੰਬਤ ਹੋਵੇਗੀ।

9. ਵਾਰ-ਵਾਰ ਗ੍ਰਹਿਆਂ ਅਤੇ ਤਾਰਾ-ਮੰਡਲਾਂ ਵਿੱਚ ਗੈਰ-ਕੁਦਰਤੀ ਪਰਿਵਰਤਨ ਹੋਣਗੇ।

10. ਸੂਰਜ ਦੀਆਂ ਧੱਫੜਾਂ 10 ਗੁਣਾ ਤੇਜ਼ ਹੋਣਗੀਆਂ।

11. ਗ੍ਰਹਿਆਂ ਦੀ ਗਤੀ ਵਿੱਚ ਵਾਰ-ਵਾਰ ਤਬਦੀਲੀਆਂ ਦੇਖਣ ਨੂੰ ਮਿਲਣਗੀਆਂ।

12. ਗ੍ਰਹਿ ਅਤੇ ਤਾਰਾ-ਮੰਡਲ ਇਸ ਸਥਿਤੀ ਦੇ ਅਨੁਕੂਲ ਨਹੀਂ ਹੋਣਗੇ।

13 . ਸੱਤ ਦਿਨ ਅਤੇ ਸੱਤ ਰਾਤਾਂ ਤੱਕ ਸੂਰਜ ਅਤੇ ਚੰਦਰਮਾ ਦਿਖਾਈ ਨਹੀਂ ਦੇਣਗੇ ਅਤੇ ਹਨੇਰਾ ਹੋਵੇਗਾ।

14. ਬਦਲਦੇ ਸਮੇਂ ਵਿੱਚ ਭਗਵਾਨ ਕਲਕਿ ਦੁਆਰਾ ਨਵੇਂ ਸੂਰਜ, ਚੰਦਰਮਾ ਅਤੇ ਨਵੇਂ ਤਾਰਾ-ਮੰਡਲਾਂ ਦੀ ਸਥਾਪਨਾ ਕੀਤੀ ਜਾਵੇਗੀ।

(ਸ) **ਅਧਿਆਤਮਕ ਪਰਿਵਰਤਨ**:-

1 . ਬਹੁਤ ਸਾਰੇ ਮੰਦਰਾਂ 'ਤੇ ਬਿਜਲੀ ਚਮਕੇਗੀ।

2. ਮੰਦਰ 'ਤੇ ਅਸਮਾਨੀ ਬਿਜਲੀ ਡਿੱਗਣ ਕਾਰਨ ਮੰਦਰ ਦੇ ਝੰਡੇ ਸੜ ਜਾਣਗੇ ਅਤੇ ਫਟ ਜਾਣਗੇ।

3 . ਜ਼ਿਆਦਾਤਰ ਮੰਦਰਾਂ ਵਿੱਚ ਚੋਰੀ ਅਤੇ ਲੁੱਟ-ਖਸੁੱਟ ਵੀ ਹੋਵੇਗੀ, ਇੱਥੋਂ ਤੱਕ ਕਿ ਮੰਦਰਾਂ ਵਿੱਚੋਂ ਦੇਵੀ-ਦੇਵਤਿਆਂ ਦੀਆਂ ਮੂਰਤੀਆਂ ਵੀ ਚੋਰੀ ਹੋ ਜਾਣਗੀਆਂ।

4. ਮੰਦਰ ਦੇ ਅੰਦਰ ਲੋਕ ਬਲਾਤਕਾਰ ਵੀ ਕਰਨਗੇ।

5 ਮੰਦਰਾਂ ਚ ਪੂਜਾ ਕਰਨ ਵਾਲੇ ਪੂਜਾਰੀ ਮਾਸ ਖਾ ਕੇ ਅਤੇ ਪੀ ਕੇ ਪੂਜਾ ਸ਼ੁਰੂ ਕਰਨਗੇ।

6. ਜ਼ਿਆਦਾਤਰ ਮਨੁੱਖੀ ਸਮਾਜ ਵੀ ਮਾਸ ਖਾ ਕੇ ਅਤੇ ਪੀ ਕੇ ਮੰਦਰ ਵਿੱਚ ਦਾਖਲ ਹੋਣਗੇ।

7. ਵੱਖ-ਵੱਖ ਮੰਦਰਾਂ ਅਤੇ ਅਧਿਆਤਮਿਕ ਸਥਾਨਾਂ 'ਤੇ ਵੀ ਅਧਿਆਤਮਿਕ ਮਾਹੌਲ ਨਹੀਂ ਹੋਵੇਗਾ।

8. ਦੇਵੀ-ਦੇਵਤਿਆਂ ਦੇ ਹੋਣ 'ਤੇ ਵੀ ਮੰਦਰਾਂ ਦੀ ਕੋਈ ਸੁਰੱਖਿਆ ਅਤੇ ਸਾਂਭ-ਸੰਭਾਲ ਨਹੀਂ ਹੋਵੇਗੀ।

9. ਸਾਰੀਆਂ ਥਾਵਾਂ 'ਤੇ ਦੇਵੀ-ਦੇਵਤਿਆਂ ਦੀ ਪੂਜਾ ਨਹੀਂ ਕੀਤੀ ਜਾਵੇਗੀ।

10. ਇਨ੍ਹਾਂ ਸਾਰੇ ਪਾਪ ਕਰਮਾਂ ਕਾਰਨ ਦੇਵੀ-ਦੇਵਤੇ ਮੰਦਰ ਅਤੇ ਪੂਜਾ ਸਥਾਨ ਛੱਡ ਕੇ ਚਲੇ ਜਾਣਗੇ।

(ਹ) **ਗੁਰੂ, ਚੇਲੇ ਅਤੇ ਸੰਤਾਂ ਦੀ ਰੂਪ-ਰੇਖਾ:-**

1. ਬਹੁਤ ਸਾਰੇ ਲੋਕ ਆਪਣੀ ਰੋਜ਼ੀ-ਰੋਟੀ ਕਮਾਉਣ ਲਈ ਗੁਰੂ ਪਰੰਪਰਾ ਸ਼ੁਰੂ ਕਰਨਗੇ।

2 ਗੁਰੂ ਸਾਹਿਬਾਨ ਨੂੰ ਗ੍ਰੰਥਾਂ, ਪੁਰਾਣਾਂ ਅਤੇ ਧਰਮ ਦਾ ਗਿਆਨ ਵੀ ਨਹੀਂ ਹੋਵੇਗਾ।

3 ਕੁਝ ਲੋਕ ਤੰਤਰ ਦਾ ਅਭਿਆਸ ਕਰਕੇ ਅਤੇ ਜਾਦੂ-ਟੂਣੇ ਕਰਕੇ ਆਪਣੇ ਆਪ ਨੂੰ ਗੁਰੂ ਕਹਿਣਗੇ।

4. ਜਿਹੜੇ ਭੂਤਾਂ ਅਤੇ ਪਿਸ਼ਾਚਾਂ ਨੂੰ ਦੂਰ ਕਰਨ ਵਾਲੇ ਹੋਣਗੇ, ਉਨ੍ਹਾਂ ਨੂੰ ਸਮਾਜ ਵਿੱਚ ਮਹਾਨ ਖੋਜੀ ਕਿਹਾ ਜਾਵੇਗਾ।

5 ਗੁਰੂ ਪਰੰਪਰਾ 'ਚ ਵੀ ਮਾਸ-ਪੀਣ ਨੂੰ ਉਤਸ਼ਾਹ ਮਿਲੇਗਾ।

6 ਜਿਨ੍ਹਾਂ ਲੋਕਾਂ ਨੂੰ ਉੱਚ ਜਾਤੀ ਕਿਹਾ ਜਾਂਦਾ ਹੈ ਉਹ ਆਪਣੇ ਹੱਥਾਂ ਵਿਚ ਜਾਲ ਅਤੇ ਕਾਂਟੇ ਲੈ ਕੇ ਮੱਛੀ ਫੜਨਾ ਸ਼ੁਰੂ ਕਰਨਗੇ ਅਤੇ ਕਤਲੇਆਮ ਦਾ ਕੰਮ ਕਰਨਗੇ|

7. ਬ੍ਰਹਮਚਾਰੀ ਲੋਕ ਬ੍ਰਹਮਚਰਜ ਦੀ ਪਾਲਣਾ ਨਹੀਂ ਕਰਨਗੇ।

8. ਪਿਤਾ ਮਾਤਾ ਦੁਆਰਾ ਦਿੱਤੇ ਨਾਮ ਨੂੰ ਬਦਲ ਦੇਵੇਗਾ ਅਤੇ ਨਾਮ ਵਿੱਚ ਸੰਤ, ਸ਼੍ਰੀ ਸ਼੍ਰੀ,

ਸਵਾਮੀ ਜੀ, ਦਾਸ, ਮਹਾਰਾਜ ਜੀ ਆਦਿ ਵਰਗੇ ਸਿਰਲੇਖ ਜੋੜੇਗਾ ਅਤੇ ਆਪਣੇ ਆਪ ਨੂੰ ਠਾਕੁਰ / ਮਹਾਪੁਰਖ ਕਹੇਗਾ।

9 . ਕੇਸਰ ਅਤੇ ਗੇਰੂਆ ਦੇ ਕੱਪੜੇ ਪਾ ਕੇ ਆਪਣੇ ਆਪ ਨੂੰ ਗੁਰੂ ਕਹੋ।

10. ਉਹ ਜੰਗਲ ਨੂੰ ਕੱਟ ਕੇ ਅਤੇ ਜੰਗਲ ਦੀ ਜ਼ਮੀਨ ਨੂੰ ਪ੍ਰਾਪਤ ਕਰਕੇ ਅਤੇ ਬਿੱਲ ਦੀ ਪੂਜਾ ਕਰਕੇ ਅਤੇ ਇਸ ਨੂੰ ਪ੍ਰਮਾਤਮਾ ਦਾ ਸੁਪਨਾ ਦੱਸ ਕੇ ਆਪਣੀ ਝੂਠੀ ਵਡਿਆਈ ਫੈਲਾਉਣਗੇ।

11. ਜਿਨ੍ਹਾਂ ਲੋਕਾਂ ਨੂੰ ਗੁਰੂ ਕਿਹਾ ਜਾਂਦਾ ਹੈ ਉਹ ਆਪਣੇ ਚੇਲਿਆਂ ਨਾਲ ਵਿਆਹ ਕਰਕੇ ਉਨ੍ਹਾਂ ਨੂੰ ਉਨ੍ਹਾਂ ਦੀ ਅਸ਼ਟ ਪਤਰਨ਼ੀ ਕਹਿਣਗੇ।

12. ਕਲਯੁਗ ਦੇ ਅੰਤ ਵਿੱਚ ਭੇਸ ਧਾਰ ਕੇ ਗੁਰੂ ਆਪਣੇ ਆਪ ਨੂੰ ਰੱਬ ਦਾ ਅਵਤਾਰ ਕਹਿ ਕੇ ਆਪਣੀ ਪੂਜਾ ਕਰੇਗਾ।

13 . ਨਕਲੀ ਸ਼ੰਖ ਚੱਕਰ ਦਿਖਾ ਕੇ ਉਹ ਆਪਣੇ ਆਪ ਨੂੰ ਭਗਵਾਨ ਕਲਕਿ ਅਖਵਾਏਗਾ ਅਤੇ ਲੋਕਾਂ ਨੂੰ ਲੁੱਟੇਗਾ |

14. ਉਨ੍ਹਾਂ ਨੂੰ ਗੁਰੂ ਕਿਹਾ ਜਾਵੇਗਾ, ਪਰ ਉਹ ਚੇਲੇ ਦੀ ਪਤਨੀ ਨੂੰ ਲੁਭਾਉਣਗੇ।

15. ਤੁਸੀਂ ਆਪਣੇ ਆਪ ਨੂੰ ਗੋਪਾਲ ਅਤੇ ਚੇਲੇ ਨੂੰ ਗੋਪੀ ਕਹਿ ਕੇ ਆਪਣੀ ਕਾਮ-ਵਾਸਨਾ ਪੂਰੀ ਕਰੋਗੇ।

16. ਗੁਰੂ ਜੀ ਆਪਣੇ ਆਪ ਨੂੰ ਭਗਵਾਨ ਨਾਰਾਇਣ ਕਹਿਣਗੇ ਅਤੇ ਚੇਲੇ ਨੂੰ ਮੁਕਤੀ ਅਤੇ ਖੁਸ਼ਹਾਲੀ, ਖੁਸ਼ਹਾਲੀ ਅਤੇ ਇੱਛਾਵਾਂ ਦੀ ਪੂਰਤੀ ਦਾ ਲਾਲਚ ਦੇ ਕੇ ਆਪਣੀ ਸੇਵਾ ਕਰਨਗੇ।

17. ਸਿਰ ਤੇ ਜਟਾ ਬੰਨ੍ਹ ਕੇ ਆਪਣੇ ਆਪ ਨੂੰ ਸੰਤ ਕਹੋ ਅਤੇ ਲੋਕਾਂ ਨੂੰ ਲੁੱਟਦੇ ਰਹੋ।

18 . ਅਨਪੜ੍ਹ, ਗੁਆਚੇ ਅਤੇ ਆਲਸੀ ਲੋਕ ਆਪਣੇ ਆਪ ਨੂੰ ਰੱਬ ਦੇ ਸੇਵਕ ਅਖਵਾਉਣਗੇ ਅਤੇ ਆਪਣੇ ਮੋਢਿਆਂ 'ਤੇ ਜਨੇਊ ਪਾ ਕੇ ਲੋਕਾਂ ਨੂੰ ਧੋਖਾ ਦੇਣਾ ਸ਼ੁਰੂ ਕਰ ਦੇਣਗੇ।

19. ਗੁਰੂ ਸਾਹਿਬਾਨ ਜ਼ਿਆਦਾਤਰ ਅਮੀਰਾਂ ਨੂੰ ਹੀ ਚੇਲੇ ਬਣਾਉਂਦੇ ਹਨ।

20. ਚੇਲੇ ਦੀ ਜਾਇਦਾਦ ਤੋਂ ਜਿਨ੍ਹਾਂ ਲੋਕਾਂ ਨੂੰ ਗੁਰੂ ਕਿਹਾ ਜਾਂਦਾ ਹੈ, ਉਹ ਬਹੁਤ ਆਰਾਮ ਕਰਨਗੇ।

21 ਚੇਲੇ ਚੇਲੇ ਕੋਲੋਂ ਧਨ, ਸੋਨਾ, ਚਾਂਦੀ ਆਦਿ ਧਾਤਾਂ ਦਾ ਡੈਸ਼ ਲੈ ਕੇ ਉਨ੍ਹਾਂ ਨੂੰ ਵੈਕੁੰਠ ਵਿੱਚ ਥਾਂ ਦੇਣ ਦਾ ਝੂਠਾ ਦਿਖਾਵਾ ਕਰਨਗੇ।

22 ਸੋਹਣੀਆਂ ਔਰਤਾਂ ਨੂੰ ਕਈ ਤਰ੍ਹਾਂ ਦੇ ਲਾਲਚ ਦੇ ਕੇ ਚੇਲੇ ਬਣਾ ਕੇ ਆਪਣੀ ਕਾਮ-ਵਾਸਨਾ ਪੂਰੀ ਕਰਨਗੀਆਂ।

ਇਸ ਤਰ੍ਹਾਂ ਉਮਰ ਦੇ ਅੰਤ ਵਿੱਚ ਸੰਸਾਰ ਵਿੱਚ ਕਈ ਤਬਦੀਲੀਆਂ ਆਉਣਗੀਆਂ ਅਤੇ ਭਟਕਣਾਵਾਂ ਵੀ ਨਜ਼ਰ ਆਉਣਗੀਆਂ। ਭਵਿਸ਼ਯ ਮਲਿਕਾ ਵਿੱਚ ਮਹਾਨ ਪੰਚਸਖਾ ਨੇ ਕਿਹਾ ਹੈ ਕਿ ਇਹ ਸਾਰੇ ਲੱਛਣ ਕਲਯੁਗ ਦੇ ਖਤਮ ਹੋਣ ਤੇ ਦੇਖਣ ਨੂੰ ਮਿਲਣਗੇ। ਅੱਜ, ਮਲਿਕਾ ਵਿੱਚ ਵਰਣਨ ਕੀਤੇ ਗਏ ਕਲਯੁਗ ਦੇ ਅੰਤ ਦੇ ਸਾਰੇ ਸੰਕੇਤ ਸਾਹਮਣੇ ਆਉਣੇ ਸ਼ੁਰੂ ਹੋ ਗਏ ਹਨ। ਇਹਨਾਂ ਵਿੱਚੋਂ ਕੇਵਲ ਕੁਝ ਕੁ ਲੱਛਣਾਂ ਦੇ ਸਬੂਤ ਹੀ ਬਚੇ ਹਨ।

ਇਸ ਲਈ ਅਸੀਂ ਕਹਿ ਸਕਦੇ ਹਾਂ ਕਿ ਕਲਯੁਗ ਪੂਰੀ ਤਰ੍ਹਾਂ ਖਤਮ ਹੋ ਗਿਆ ਹੈ ਅਤੇ ਮੌਜੂਦਾ ਸਮਾਂ ਸੰਗਮ ਯੁਗ ਜਾਂ ਯੁਗਸੰਧਿਆ ਦਾ ਸਮਾਂ ਹੈ।

ਅਧਿਆਇ- 7

ਵਿਸ਼ਾ- ਕਲਯੁਗ ਵਿੱਚ ਪ੍ਰਮਾਤਮਾ ਦੇ ਤਿੰਨ ਅਵਤਾਰ ਹੋਣਗੇ।

ਪੰਚਸਖਾ ਦੇ ਲਿਖੇ ਭਵਿਸ਼ਯ ਮਲਿਕਾ ਗ੍ਰੰਥ ਅਨੁਸਾਰ ਕਲਯੁਗ ਵਿੱਚ ਇਸ ਧਰਧਾਮ ਵਿੱਚ ਪ੍ਰਮਾਤਮਾ ਦੇ ਤਿੰਨ ਅਵਤਾਰ ਉਤਰਨਗੇ। ਮਹਾਂਪੁਰਖ ਅਚਯੁਤਾਨੰਦ ਜੀ ਨੇ "ਜੈ ਫੂਲ ਮਲਿਕਾ" ਪੁਸਤਕ ਵਿੱਚ ਲਿਖਿਆ ਹੈ:

"ਕਲਿ ਰੇ ਤੀਨਿ ਜਨਮ , ਹੇਬੇ ਪਰਾ ਪ੍ਰਭੁ ਸ਼੍ਰੀ ਨਾਰਾਯਣ ,ਜਾਈ ਫੂਲ ਲੋ , ਜਾਈ ਫੂਲ ਲੋ, ਸੇ ਤੋ ਭਗਤ ਜਿਬ ਜੀਬਨ ਫੂਲ ਲੋ "

ਵਿਆਖਿਆ :- ਕਲਯੁਗ ਵਿੱਚ, ਸ਼ਰਧਾਲੂ ਤਿੰਨ ਵਾਰ ਧਾਰਾ ਧਾਮ 'ਤੇ ਉਤਰਨਗੇ।

ਕਲਯੁਗ ਵਿੱਚ ਭਗਵਾਨ ਦਾ ਪਹਿਲਾ ਅਵਤਾਰ ਹੋਵੇਗਾ - ਭਗਵਾਨ ਬੁੱਧ ਦਾ, "ਭਾਵਿਸ਼ਯ ਮਲਿਕਾ" ਦੇ ਅਨੁਸਾਰ, ਕਲਯੁਗ ਦੇ ਕੇਂਦਰੀ ਹਿੱਸੇ ਵਿੱਚ, ਭਗਵਾਨ ਬੁੱਧ ਅਵਤਾਰ ਲੈਣਗੇ। ਭਗਤ ਕਵੀ ਜੈਦੇਵ ਨੇ ਵੀ ਇਸ ਸਬੰਧ ਵਿੱਚ ਆਪਣੇ ਦਸ਼ ਅਵਤਾਰ ਦੀ ਉਸਤਤ ਵਿੱਚ ਬੁੱਧ ਅਵਤਾਰ ਦਾ ਵਰਣਨ ਕੀਤਾ ਹੈ।

" ਨਿੰਦਸਿ ਯਗਯ-ਵਿਧੇਰ ਅ ਹ ਹ ਸ਼੍ਰੁਤਿ ਜਾਤਮ।
ਸਦਯ ਹ੍ਰਿਦਯ ਦਰਸ਼ਿਤ-ਪਸ਼ੂ- ਘਾਤਮ ॥
ਕੇਸ਼ਵ ਧ੍ਰਤ-ਬੁਧ-ਸ਼ਰੀਰ, ਜਯ ਜਗਦੀਸ਼ ਹਰੇ । "

ਉਪਰੋਕਤ ਸਲੋਕ ਇਸ ਗੱਲ ਦਾ ਸਬੂਤ ਦਿੰਦਾ ਹੈ ਕਿ ਕਲਯੁਗ ਦੇ ਵਿਚਕਾਰ ਯੱਗ ਵਿੱਚ ਵੱਡੀ ਗਿਣਤੀ ਵਿੱਚ ਜੀਵ ਜੰਤੂਆਂ ਦੀ ਬਲੀ ਦਿੱਤੀ ਗਈ ਸੀ, ਅਤੇ ਤੰਤਰ-ਮੰਤਰ ਦਾ ਅਭਿਆਸ ਕਰਨ ਵਾਲੇ ਲੋਕ ਜਾਨਵਰਾਂ ਦੇ ਹਿੰਸਕ ਹੋ ਗਏ ਸਨ, ਉਸ ਸਮੇਂ ਧਰਮ ਦੇ ਨਾਮ 'ਤੇ ਜਾਨਵਰਾਂ ਦੀ ਹੱਤਿਆ ਆਪਣੇ ਸਿਖਰ 'ਤੇ ਸੀ। ਵੈਦਿਕ ਸਨਾਤਨ ਧਰਮ ਦੇ ਸਿਧਾਂਤ ਲਗਭਗ ਅਲੋਪ ਹੋ ਚੁੱਕੇ ਸਨ। ਉਸ ਸਮੇਂ ਪਰਮੇਸ਼ੁਰ ਕੁਝ ਹੱਦ ਤੱਕ, ਬੁੱਧ ਨੇ ਸਨਾਤਨ ਧਰਮ

ਦਾ ਅਵਤਾਰ ਧਾਰਿਆ ਅਤੇ ਮੁੜ-ਸਥਾਪਿਤ ਕੀਤਾ, ਜਾਨਵਰਾਂ ਦੀ ਬਲੀ ਅਤੇ ਜਾਨਵਰਾਂ ਦੇ ਕਤਲੇਆਮ ਦਾ ਵਿਰੋਧ ਕੀਤਾ।

"ਤਤ: ਕਲੌ ਸਮਪ੍ਰਵ੍ਰਤੇ ਸੰਮੋਹਾਯ ਸੁਰਦ੍ਵਿਸ਼ਾਮ੍।
ਬੁਦ੍ਧੋ ਨਾਮਨਾਜਨਸੁਤ: ਕੀਕਟੇਸ਼ੁ ਭਵਿਸ਼ਯਤਿ।"

ਵਿਆਖਿਆ:-

ਜਦੋਂ ਰਾਜੇ ਮਹਾਰਾਜੇ ਅਤੇ ਲੋਕ ਅਨਿਆਂ, ਅਨੈਤਿਕਤਾ ਅਤੇ ਜਾਨਵਰਾਂ ਨੂੰ ਮਾਰਨ ਦੇ ਪਾਪਾਂ ਵਿੱਚ ਪੂਰੀ ਤਰ੍ਹਾਂ ਸ਼ਾਮਲ ਹੋ ਗਏ , ਤਾਂ ਫਿਰ ਰੱਬ ਨੇ ਕੀਕਟ ਖੇਤਰ ਵਿੱਚ ਬੁੱਧ ਦੇ ਰੂਪ ਵਿੱਚ ਅਵਤਾਰ ਧਾਰ ਕੇ ਸੱਤਿਆ ਸਨਾਤਨ ਧਰਮ ਦੀ ਸਥਾਪਨਾ ਕੀਤੀ ਜਿਸਦਾ ਉਦੇਸ਼ ਜਾਨਵਰਾਂ ਦੀ ਹੱਤਿਆ ਨੂੰ ਖਤਮ ਕਰਨਾ ਅਤੇ ਜੀਵਾਂ ਪ੍ਰਤੀ ਪਿਆਰ ਅਤੇ ਸਦਭਾਵਨਾ ਲਿਆਉਣਾ ਅਤੇ ਸਮਾਜ ਨੂੰ ਬਦਲਣਾ ਸੀ।

ਕਲਯੁਗ ਵਿੱਚ ਪ੍ਰਮਾਤਮਾ ਦਾ ਦੂਜਾ ਅਵਤਾਰ ਭਗਵਾਨ ਚੈਤੰਨਿਆ ਮਹਾਪ੍ਰਭੂ ਦਾ ਹੈ, ਕਲਯੁਗ ਵਿੱਚ ਮਹਾਪ੍ਰਭੂ ਵਿਸ਼ਨੂੰ ਦੂਜੇ ਅਵਤਾਰ ਦੇ ਰੂਪ ਵਿੱਚ, ਸ਼੍ਰੀ ਚੈਤੰਨਿਆ ਦੇ ਰੂਪ ਵਿੱਚ ਵਿਸ਼ਵ ਪ੍ਰਸਿੱਧ ਹੈ। ਲਕਸ਼ਮੀਪਤੀ ਦਾ ਜਨਮ ਭਗਵਾਨ ਸ਼੍ਰੀ ਚੈਤੰਨਿਆ ਦੇ ਨਾਮ ਹੇਠ ਨਾਦੀਆ ਨਵਦਵਿਪ ਪਿੰਡ ਵਿੱਚ ਹੋਇਆ ਸੀ ਅਤੇ ਉਸਨੇ ਭਗਵਾਨ ਵਿਸ਼ਨੂੰ ਦੇ ਮਹਾਮੰਤਰ ਪਿਆਰ, ਸਦਭਾਵਨਾ ਅਤੇ ਜਪ ਦੀ ਮਹੱਤਤਾ ਦਾ ਪੂਰੀ ਦੁਨੀਆ ਵਿੱਚ ਪ੍ਰਚਾਰ ਕੀਤਾ, ਨਾਲ ਹੀ ਜਾਨਵਰਾਂ ਦੀ ਹੱਤਿਆ ਦਾ ਵਿਰੋਧ ਕਰਕੇ ਇਸ ਧਰਤੀ ਵਿੱਚ ਅੰਤਮ ਵੈਸ਼ਨਵਵਾਦ ਨੂੰ ਮੁੜ ਸੁਰਜੀਤ ਕੀਤਾ।

"ਕ੍ਰਸ਼ਣਾਰ ਪ੍ਰਘਤਾ ਤ੍ਰਿਗੁਟ ਪ੍ਰਕਾਰ,
ਸ਼ਾਸਤ੍ਰਰ ਸ਼੍ਰੁਮੂਰਤਿ ਆਰ ਭਗਤ ਕਾਲੇਬਰ। "

ਵਿਆਖਿਆ : ਭਗਵਾਨ ਚੈਤੰਨਿਆ ਨੇ ਭਗਵਾਨ ਨਾਮ ਅਤੇ ਨਾਮ ਸੰਕੀਰਤਨ ਦੀ ਮਹਿਮਾ ਦਾ ਪ੍ਰਚਾਰ ਕੀਤਾ ਅਤੇ ਅਹਿੰਸਾ ਦੇ ਧਰਮ ਦੇ ਨਾਲ-ਨਾਲ ਭਗਤੀ ਅਤੇ ਪ੍ਰੇਮ ਦੁਆਰਾ ਪ੍ਰਮਾਤਮਾ ਨੂੰ ਪ੍ਰਾਪਤ ਕਰਨ ਦੇ ਮਾਰਗ ਦਾ ਪ੍ਰਚਾਰ ਕੀਤਾ। ਭਗਵਾਨ ਚੈਤੰਨਿਆ ਦਾ ਮੁੱਖ ਉਪਦੇਸ਼ ਪ੍ਰਮਾਤਮਾ

ਦੀ ਮੂਰਤੀ ਪੂਜਾ ਹੈ ਅਤੇ ਸ਼੍ਰੀਮਦ ਭਾਗਵਤ ਮਹਾਪੁਰਾਨ ਨੂੰ ਪੜ੍ਹਨਾ ਸ਼ਰਧਾ ਦਾ ਸਾਰ ਹੈ। ਕਲਯੁਗ ਵਿੱਚ ਪ੍ਰਮਾਤਮਾ ਦਾ ਤੀਜਾ ਅਵਤਾਰ ਭਗਵਾਨ ਕਲਕਿ ਦੇਵ ਦਾ ਹੋਵੇਗਾ।

"ਭਾਵਿਸ਼ਯ ਮਲਿਕਾ" ਅਤੇ ਵੱਖ-ਵੱਖ ਸ਼ਾਸਤਰਾਂ ਵਿੱਚ ਇਹ ਜ਼ਿਕਰ ਕੀਤਾ ਗਿਆ ਹੈ ਕਿ "ਕਲਯੁਗ ਦੇ 5000 ਸਾਲਾਂ ਬਾਅਦ, ਭਗਵਾਨ ਕਲਕੀ ਇਸ ਧਰਤੀ 'ਤੇ ਉਤਰਨਗੇ"। ਹੁਣ ਕਲਯੁਗ ਦੇ 5125 ਸਾਲ ਚੱਲ ਰਹੇ ਹਨ। ਇਸ ਮਹੱਤਵਪੂਰਨ ਤੱਥ ਦੇ ਆਧਾਰ 'ਤੇ ਸਾਨੂੰ ਪਤਾ ਲੱਗਦਾ ਹੈ ਕਿ ਹੁਣ ਕਲਯੁਗ ਖਤਮ ਹੋ ਗਿਆ ਹੈ, ਅਤੇ ਇਸ ਸਮੇਂ ਮਨੁੱਖੀ ਸਮਾਜ ਸੰਗਮ ਯੁੱਗ ਵਿੱਚ ਰਹਿ ਰਿਹਾ ਹੈ, ਇਸ ਸਮੇਂ ਮਨੁੱਖੀ ਸਮਾਜ ਲਈ ਫਿਰ ਤੋਂ ਮਹਾਪ੍ਰਭੂ ਧਰਮ ਦੀ ਸਥਾਪਨਾ ਹੋਵੇਗੀ, ਅੱਜ ਦੇ ਭਗਤ ਅਤੇ ਸੱਜਣ ਜਲਦੀ ਹੀ ਭਗਵਾਨ ਕਲਕਿ ਦੇਵ ਦੁਆਰਾ ਧਰਮ ਦੀ ਸਥਾਪਨਾ ਦੇ ਕਾਰਜ ਨੂੰ ਵੇਖਣਗੇ।

"ਅਥਸੁ ਜੁਗਸੰਧਯਾਂਸੇ ਦਸਯੁ ਪ੍ਰਯਾਸੇਸ਼ ਰਾਜਸੁ।
ਝਨਿਤਾ ਵਿਸ਼ਣੁ ਯਸ਼ੋ ਨਮਨਾ ਕਲਿਕ ਜਨਤਪਤਿ "।

ਵਿਆਖਿਆ:- ਜਦੋਂ ਕਲਯੁਗ ਦੀ ਸ਼ਾਮ ਚੱਲ ਰਹੀ ਹੁੰਦੀ ਹੈ, ਤਾਂ ਜਗਤਪਤੀ ਸ੍ਰੀਹਰੀ ਵਿਸ਼ਨੂੰ ਕਲਕੀ ਅਵਤਾਰ ਨੂੰ ਇੱਕ ਵੈਸ਼ਨਵ ਬ੍ਰਾਹਮਣ ਦੇ ਪੁੱਤਰ ਦੇ ਰੂਪ ਵਿੱਚ ਲੈਣਗੇ ਜੋ ਭਗਵਾਨ ਵਿਸ਼ਨੂੰ ਦੀ ਵਡਿਆਈ ਕਰਦਾ ਹੈ ਅਤੇ ਉਸ ਦੀ ਵਡਿਆਈ ਕਰਦਾ ਹੈ।

"ਸੰਭਲ ਗ੍ਰਾਮ ,ਮੁਖਯਸਯ ਬ੍ਰਾਹਮਨਯਸਯ ਮਹਾਤਮਨ।
ਭਵਨੇ ਵਿਸ਼ਣੁ ਜਸ਼ਸ਼ਯ ਕਲਕਿ ਪ੍ਰਾਦੁਰਭਾਬਿਸ਼ਯਤੀ || "

ਵਿਆਖਿਆ:- ਭਗਵਾਨ ਕਲਕਿ ਸੰਭਲ ਪਿੰਡ ਦੇ ਮੁਖੀ ਅਤੇ ਪਰਮ ਸਾਤਵਿਕ ਬ੍ਰਾਹਮਣ ਦੇ ਘਰ ਪੈਦਾ ਹੋਣਗੇ, ਜੋ ਭਗਵਾਨ ਵਿਸ਼ਨੂੰ ਦੇ ਗੁਣ ਗਾਉਣਗੇ ਅਤੇ ਪ੍ਰਭੂ ਪਾਪੀਆਂ ਅਤੇ ਮਛੇਰਿਆਂ ਦਾ ਨਾਸ਼ ਕਰਨ ਅਤੇ ਧਰਮ ਦੀ ਰੱਖਿਆ ਲਈ ਇਸ ਧਰਤੀ 'ਤੇ ਅਵਤਾਰ ਧਾਰਨ ਕਰਨਗੇ।

ਅਧਿਆਏ : 8

ਮਲੇਛ ਕਿਸ ਨੂੰ ਕਿਹਾ ਜਾਂਦਾ ਹੈ ?

ਸਤਯੁੱਗ ਵਿੱਚ, ਭਗਵਾਨ ਵਿਸ਼ਨੂੰ ਨੇ ਸੰਸਾਰ ਵਿੱਚ ਸੱਚ, ਸ਼ਾਂਤੀ, ਦਇਆ, ਖਿਮਾ ਅਤੇ ਪ੍ਰੇਮ ਦੀ ਸੰਸ਼ਥਾਪਨਾ ਕੀਤੀ । ਉਸ ਸਮੇਂ ਸਾਰੇ ਮਨੁੱਖ ਸ਼ਾਸਤਰਾਂ ਦੀ ਜਾਣਕਾਰੀ ਰੱਖਦੇ ਸਨ ਅਤੇ ਸਾਰੇ ਵੈਦਿਕ ਪਰੰਪਰਾ ਅਨੁਸਾਰ (ਜੀਵਨ ਜੀਉਂਦੇ) ਰਹਿੰਦੇ ਸਨ। ਕੁਝ ਸਮੇਂ ਬਾਅਦ ਕੁਝ ਰਿਸ਼ੀ-ਮੁਨੀ ਗਿਆਨ ਦੇ ਹੰਕਾਰ ਕਾਰਨ ਹੰਕਾਰੀ ਹੋ ਗਏ ਅਤੇ ਉਸ ਪਾਪ ਦੇ ਕਾਰਨ, ਸੱਤਯੁੱਗ ਦਾ ਅੰਤ ਹੋ ਗਿਆ। ਤ੍ਰੇਤਾ ਯੁਗ ਵਿੱਚ ਭਗਵਾਨ ਸ੍ਰੀ ਰਾਮ ਅਵਤਾਰ ਧਾਰਿਆ ਅਤੇ ਤ੍ਰੇਤਾ ਯੁਗ ਵਿੱਚ ਲੋਕ ਯੱਗ ਆਦਿ ਸਦਗੁਣੀ ਕਰਮਾਂ ਦੁਆਰਾ ਭਗਵਾਨ ਰਾਮ ਜੀ ਦੇ ਅੰਗ ਸੰਗ ਰਹੇ ਅਤੇ ਤ੍ਰੇਤਾ ਯੁਗ ਦੇ ਅੰਤ ਵਿੱਚ ਭਗਵਾਨ ਸ੍ਰੀਰਾਮ ਨੇ ਰਾਵਣ, ਕੁੰਭਕਰਨ ਵਰਗੇ ਪਾਪੀਆਂ ਦਾ ਨਾਸ਼ ਕੀਤਾ ਅਤੇ ਅੰਥ ਵਿੱਚ ਖੰਡ ਪ੍ਰਲਯ ਹੋਇਆ। ਇਸ ਤੋਂ ਬਾਅਦ ਤ੍ਰੇਤਾ ਯੁਗ ਦੇ ਲੋਕ ਦਵਾਪਰ ਯੁਗ ਵਿਚ ਦਾਖਲ ਹੋਏ ਅਤੇ ਸ੍ਰੀ ਹਰੀ ਦੇ ਵੈਕੁੰਠ ਧਾਮ ਦੇ ਭਗਤਾਂ ਦਾ ਜਨਮ ਦਵਪਾਰ ਯੁੱਗ ਵਿਚ ਹੋਇਆ, ਇਹ ਸਾਰੇ ਭਗਵਾਨ ਕ੍ਰਿਸ਼ਨ ਦੇ ਜਾਣ ਨਾਲ ਵੈਕੁੰਠ ਧਾਮ ਵਾਪਸ ਆ ਗਏ। ਜਿਸ ਸਮੇਂ ਭਗਵਾਨ ਕ੍ਰਿਸ਼ਨ ਨੇ ਆਪਣੇ ਸਰੀਰ ਦੇ ਅੰਗ ਤਿਆਗੇ, ਉਸ ਸਮੇਂ ਕਲਯੁਗ ਨੂੰ 1200 ਸਾਲ ਬੀਤ ਚੁੱਕੇ ਸਨ ਅਤੇ ਕਲਯੁਗ ਨੇ ਆਪਣੇ ਪ੍ਰਭਾਵ ਨਾਲ ਪੂਰੀ ਦੁਨੀਆ ਨੂੰ ਪ੍ਰਭਾਵਿਤ ਕੀਤਾ ਸੀ। ਇਸ ਸਬੰਧ ਵਿੱਚ ਭਾਗਵਤ ਵਿੱਚ ਇੱਕ ਸ਼ਲੋਕ ਹੈ:

"ਯਦਾ ਦੇਵਰਸ਼ਯਹ ਸਪਤ ਮਘਾਸ਼ੁ ਬਿਚਰੰਤਿਹਿੰ ,

ਥਦਾ ਪ੍ਰਬ੍ਰਸਤੁ ਕਲਿ ਦ੍ਵਾਦਸ਼ਾਰਦ੍ਦ - ਸ਼ਤਾਤਮਕ। "

ਅਰਥ - ਜਦੋਂ ਸਪਤ ਰਿਸ਼ੀ ਮਾਘ ਨਕਸ਼ੱਤਰ ਵਿੱਚ ਚਲ ਰਹੇ ਸਨ, ("ਕ੍ਰਿਸ਼ਨ ਦੀ ਵੈਕੁੰਠ ਲਹਿਰ ਵੇਲੇ"), ਕਲਯੁਗ ਨੂੰ 1200 ਸਾਲ ਬੀਤ (ਭੋਗ) ਚੁੱਕੇ ਸਨ, ਜਿਸ ਤੋਂ ਬਾਅਦ ਮਹਾਰਾਜਾ ਪਰੀਕਸ਼ਿਤ ਦੀ ਮੌਤ ਹੋ ਗਈ, ਜਿਸ ਤੋਂ ਬਾਅਦ ਕਲਯੁਗ ਪੂਰੀ ਤਰ੍ਹਾਂ ਸ਼ੁਰੂ ਹੋ ਗਿਆ ਅਤੇ

ਕਲੀ ਨੇ ਪੂਰੀ ਦੁਨੀਆ (ਬ੍ਰਹਮੰਡ) ਵਿੱਚ ਆਪਣਾ ਪ੍ਰਭਾਵ ਫੈਲਾਇਆ। ਇਸ ਯੁਗ ਦੇ ਲੋਕਾਂ ਨੂੰ ਲੋਭ, ਮੋਹ, ਕਾਮ, ਕ੍ਰੋਧ, ਹਉਮੈ, ਈਰਖਾ, ਵੈਸ਼ਯਵਰਿਤੀ,ਆਲਸ ਵਰਗੇ ਵਿਕਾਰਾਂ ਦਾ ਸ਼ਿਕਾਰ (ਅਧੀਨ) ਹੋਣਾ ਪਵੇਗਾ। ਭਾਂਵੇਂ ਲੋਕਾਂ ਨੂੰ ਸ਼ਾਸਤਰਾਂ, ਪੁਰਾਣਾਂ ਅਤੇ ਵੇਦਾਂ ਦਾ ਗਿਆਨ ਹੈ, ਤਾਂ ਵੀ ਲੋਕ ਧਰਮ ਅਤੇ ਵੇਦਾਂ ਦੇ ਵਿਰੁੱਧ ਕੰਮ ਕਰਨਗੇ। ਲੋਕ ਧਰਮ ਦਾ ਅਪਮਾਨ ਕਰਨਗੇ ਅਤੇ ਵੇਦਾਂ ਦਾ ਵਿਰੋਧ ਕਰਨਗੇ, ਅਤੇ ਜਾਨਵਰਾਂ ਨੂੰ ਮਾਰਨ ਵਰਗੇ ਪਾਪ ਕਰਨਗੇ, ਜੋ ਨਸ਼ੇ ਦਾ ਸੇਵਨ ਕਰਦੇ ਹਨ, ਦੇਵੀ-ਦੇਵਤਿਆਂ ਦਾ ਵਿਰੋਧ ਕਰਦੇ ਹਨ, ਉਨ੍ਹਾਂ ਨੂੰ ਕਲਯੁਗ ਵਿੱਚ ਮਲੇਛ ਕਿਹਾ ਜਾਂਦਾ ਹੈ।

ਸ੍ਰੀ ਜੈਦੇਵ ਜੀ ਨੇ ਗੋਵਿੰਦ ਵਿੱਚ ਇਹ ਗੀਤ ਲਿਖਿਆ ਹੈ:-

"ਮਲੇਛ-ਨਿਵਹ-ਨਿਧਨੇ ਕਲਯਸਿ ਕਰਵਾਲਮ ।

ਧੂਮਕੇਤੁਮ-ਇਵ-ਕਿਮ-ਅਪਿ ਕਰਾਲਮ ॥

ਕੇਸ਼ਵ ਧ੍ਰਤ-ਕਲਕਿ-ਸ਼ਰੀਰ, ਜਯ ਜਗਦੀਸ਼ ਹਰੇ॥"

ਇਨ੍ਹਾਂ ਦੁਸ਼ਟ ਪਾਪੀਆਂ ਅਤੇ ਮਲੇਛਾਂ ਦਾ ਨਾਸ਼ ਕਰਨ ਲਈ, ਭਗਵਾਨ ਕਲਕਿ ਉਤਰਨਗੇ ਅਤੇ ਧੂਮਕੇਤੂ ਵਾਂਗ ਭਿਆਨਕ ਰੂਪ ਧਾਰਨ ਕਰਨਗੇ।

ਅਧਿਆਇ- 9

ਵਿਸ਼ਾ: - ਚਾਰ ਯੁਗਾਂ ਵਿੱਚ ਧਰਮਸੰਸਥਾਪਨਾ ਅਤੇ ਕਲਯੁਗ ਵਿੱਚ ਧਰਮਸੰਸਥਾਪਨਾ ਸਥਾਪਨਾ ਦਾ ਵਰਣਨ

ਸ਼ਾਸਤਰਾਂ ਵਿੱਚ ਚਤੁਰਯੁਗ (ਚਾਰ ਯੁਗਾਂ) ਦਾ ਵਰਣਨ ਹੈ ਜਿਵੇਂ ਸਤ, ਤ੍ਰੇਤਾ, ਦਵਾਪਰ ਅਤੇ ਕਾਲੀ ਆਦਿ। ਭਗਵਾਨ ਮਹਾਵਿਸ਼ਨੂੰ ਨੇ ਉਪਰੋਕਤ ਚਾਰ ਯੁਗਾਂ ਵਿੱਚ 24 ਅਵਤਾਰ ਲਏ ਹਨ ਅਤੇ ਉਨ੍ਹਾਂ ਅਵਤਾਰਾਂ ਦੇ ਨਾਮ ਹੇਠਾਂ ਦਰਸਾਏ ਗਏ ਹਨ:

1. ਕੁਮਾਰ ਅਵਤਾਰ (ਸਨਕ, ਸਨੰਦਨ, ਸਨਾਤਨ ਅਤੇ ਸਨਤ ਕੁਮਾਰ)

2. ਯਗੇਸ਼ਵਰ

3. ਵਰਾਹ

4. ਨਾਰਦ ਅਵਤਾਰ

5. ਨਰ ਨਾਰਾਇਣ ਅਵਤਾਰ

6. ਕਪਿਲ ਅਵਤਾਰ

7. ਦੱਤਾਤ੍ਰੇਯ ਅਵਤਾਰ

8. ਯੱਗ ਰੂਪ ਅਵਤਾਰ

9. ਰਿਸ਼ਭ ਅਵਤਾਰ

10. ਪ੍ਰਿਥੁ ਅਵਤਾਰ

11 ਹੰਸ ਅਵਤਾਰ

12. ਮੀਨ ਅਵਤਾਰ

13. ਚਕਰਧਾਰ ਅਵਤਾਰ

14. ਕੁਰਮਾ ਅਵਤਾਰ

15 ਧਨਵੰਤਰੀ ਅਵਤਾਰ

16. ਮੋਹਿਨੀ ਅਵਤਾਰ

17. ਨਰਸਿਮ੍ਹਾ ਅਵਤਾਰ

18. ਵਾਮਨ ਅਵਤਾਰ

19. ਪਰਸ਼ੂਰਾਮ ਅਵਤਾਰ

20. ਵੇਦ ਵਿਆਸ ਅਵਤਾਰ

21. ਸ਼੍ਰੀ ਰਾਮ ਅਵਤਾਰ

22. ਬਲਰਾਮ ਅਵਤਾਰ

23. ਬੁੱਧ ਅਵਤਾਰ

24. ਕਲਕਿ ਅਵਤਾਰ

ਉਪਰੋਕਤ 24 ਅਵਤਾਰਾਂ ਵਿੱਚੋਂ, ਮਹਾਪ੍ਰਭੂ ਨੇ ਧਰਮ ਦੀ ਸਥਾਪਨਾ ਲਈ 10 ਵੱਡੇ ਅਵਤਾਰ ਲਏ। ਉਹ ਹਨ,

1. ਮਾਤਸਿਆ ਅਵਤਾਰ:

ਜਿਸ ਤਰ੍ਹਾਂ ਬੇੜੀ (ਜਹਾਜ਼) ਬਿਨਾਂ ਕਿਸੇ ਪਛਤਾਵੇ ਦੇ ਖੁਸ਼ੀ-ਖੁਸ਼ੀ ਕਿਸੇ ਚੀਜ਼ ਨੂੰ ਬਚਾਉਂਦੀ ਹੈ, ਉਸੇ ਤਰ੍ਹਾਂ ਸ਼੍ਰੀ ਹਰੀ ਨੇ ਬਿਨਾਂ ਕਿਸੇ ਮਿਹਨਤ ਦੇ ਸ਼ੁੱਧ ਪਾਤਰ ਵਾਂਗ ਹੜ੍ਹ ਦੇ ਪਾਣੀ ਵਿੱਚ ਮੱਛੀ ਦੇ ਰੂਪ ਵਿੱਚ ਪ੍ਰਗਟ ਹੋ ਕੇ ਵੇਦ ਪਹਿਨ ਕੇ ਉਨ੍ਹਾਂ ਨੂੰ ਬਚਾਇਆ ਹੈ।

2. ਕੁਰਮਾ ਅਵਤਾਰ:

ਸ਼੍ਰੀਹਰੀ ਨੇ ਆਪਣੀ ਵਿਸ਼ਾਲ ਸਤਹ ਦੇ ਇੱਕ ਖੇਤਰ ਵਿੱਚ ਧਰਤੀ ਨੂੰ ਗਲੇ ਲਗਾਇਆ ਹੈ, ਅਤੇ ਸਮੁੰਦਰ ਨੂੰ ਮੰਥਨ ਕਰਨ ਸਮੇਂ, ਵਿਸ਼ਾਲ ਮੰਧਰਾਂਚਲ ਪਹਾੜ ਨੂੰ ਫੜਕੇ, ਉਸਦੀ ਪਿੱਠ 'ਤੇ ਇੱਕ ਵੱਡਾ ਟੋਆ ਬਣ ਗਿਆ ਅਤੇ ਇਸ ਕਾਰਨ ਉਸਨੂੰ ਮਾਣ ਹੈ।

3. ਵਰਹਾ ਅਵਤਾਰ :

ਜਿਸ ਤਰ੍ਹਾਂ ਚੰਦਰਮਾ ਆਪਣੇ ਅੰਦਰ ਕਲੰਕ ਦੇ ਨਾਲ ਸੰਯੁਕਤ ਰੂਪ ਵਿੱਚ ਪ੍ਰਗਟ ਹੁੰਦਾ ਹੈ, ਉਸੇ ਤਰ੍ਹਾਂ ਇਸ ਅਵਤਾਰ ਵਿੱਚ ਪ੍ਰਮਾਤਮਾ ਨੇ ਵਿਸ਼ਾਲ ਸਮੁੰਦਰ ਵਿੱਚ ਡੁੱਬੀ ਧਰਤੀ ਨੂੰ ਆਪਣੇ ਦੰਦਾਂ ਤੋਂ ਉੱਪਰ ਰੱਖ ਕੇ ਬਚਾਇਆ।

4. ਨਰਸਿਮ੍ਹਾ ਅਵਤਾਰ :

ਸ਼੍ਰੀਹਰੀ ਨੇ ਆਪਣੇ ਭਗਤ ਪ੍ਰਹਿਲਾਦ ਦੀ ਬੇਨਤੀ ਸੁਣ ਕੇ, ਆਪਣੇ ਪਿਤਾ ਹਿਰਣਯਕਸ਼ਿਪ ਤੋਂ ਬਚਾਉਣ ਲਈ, ਨਰਸਿਮ੍ਹਾ ਦਾ ਰੂਪ ਧਾਰਿਆ, ਜਿਸ ਦੇ ਉੱਤਮ ਕਰਮਾਂ ਵਿੱਚ ਨਹੁੰਆ ਦੇ ਰੂਪ ਵਿੱਚ ਇੱਕ ਅਦਭੁੱਤ ਸ਼੍ਰਿੰਗ ਹੈ, ਜਿਸ ਨੇ ਹਿਰਣਯਕਸ਼ਿਪ ਦੇ ਸਰੀਰ ਨੂੰ ਇਸ ਤਰ੍ਹਾਂ ਬਣਾ ਦਿੱਤਾ ਜਿਵੇਂ ਭਰਮ ਫੁੱਲ ਨੂੰ ਚਕਨਾਚੂਰ ਕਰ ਦਿੰਦਾ ਹੈ।

5.ਵਾਮਨ ਅਵਤਾਰ :ਰਾਜਾ ਬਲੀ ਦੇ ਹੰਕਾਰ ਨੂੰ ਤੋੜਨ ਲਈ ਭਗਵਾਨ ਵਾਮਨ ਨੇ ਅਸੁਰ ਰਾਜ ਬਲੀ ਤੋਂ ਯੱਗ ਲਈ ਤਿੰਨ ਪਘ ਜ਼ਮੀਨ ਦਾਨ ਕੀਤੀ, 2 ਪਘ ਵਿਚ ਤਿੰਨੋਂ ਸੰਸਾਰਾਂ ਨੂੰ

ਨਾਪਿਆ, ਜਦੋਂ ਪ੍ਰਭੂ ਦੇ ਚਰਨ ਬ੍ਰਹਮਾ ਲੋਕ ਵਿਚ ਪਹੁੰਚੇ ਤਾਂ ਬ੍ਰਹਮਾ ਜੀ ਨੇ ਪ੍ਰਭੂ ਦੇ ਚਰਨਾਂ ਨੂੰ ਪਾਣੀ ਨਾਲ ਧੋ ਕੇ ਉਸ ਪਾਣੀ ਨੂੰ ਆਪਣੇ ਕਮੰਡਲੂ ਵਿਚ ਇਕੱਠਾ ਕੀਤਾ। ਸ਼੍ਰੀਹਰੀ ਵਿਸ਼ਨੂੰ ਦੇ ਚਰਨ ਹੋਣ ਕਾਰਨ, ਮਾਂ ਗੰਗਾ ਨੂੰ ਵਿਸ਼ਨੂੰਪਦੀ ਵੀ ਕਿਹਾ ਜਾਂਦਾ ਹੈ। ਤੀਜੇ ਪੜਾਅ ਵਿੱਚ ਰੱਬ ਨੇ ਰਾਜਾ ਬਲੀ ਦਾ ਸਿਰ ਵੀ ਨਾਪਿਆ ਅਤੇ ਰੱਬ ਨੇ ਬਲੀ ਨੂੰ ਪਤਾਲ ਲੋਕ ਵਿੱਚ ਭੇਜਿਆ।

6 ਪਰਸ਼ੂਰਾਮ ਅਵਤਾਰ :

ਇਸ ਅਵਤਾਰ ਵਿੱਚ ਭਗਵਾਨ ਸ਼੍ਰੀਹਰਿ ਦਾ ਜਨਮ ਭਗਵਾਨ ਪਰਸ਼ੂਰਾਮ ਦੇ ਰੂਪ ਵਿੱਚ ਮਹਾਂਰਿਸ਼ੀ ਭ੍ਰਿਗੁ, ਇੱਕ ਉੱਚ ਕੋਟੀ ਦੇ ਬ੍ਰਾਹਮਣ ਦੇ ਵੰਸ਼ ਵਿੱਚ ਹੋਇਆ ਅਤੇ ਖੱਤਰੀ ਵੰਸ਼ ਦਾ ਨਾਸ਼ ਕੀਤਾ ਅਤੇ ਸਾਰੀ ਧਰਤੀ ਉੱਤੇ ਪਾਣੀ ਵਾਂਗ ਆਪਣਾ ਖੂਨ ਛਿੜਕ ਕੇ ਸੰਸਾਰ ਨੂੰ ਸ਼ੁੱਧ ਕੀਤਾ ਅਤੇ ਇਸ ਤਰ੍ਹਾਂ ਸੰਸਾਰ ਦਾ ਦੁੱਖ ਦੂਰ ਕੀਤਾ।

7.ਸ਼੍ਰੀ ਰਾਮ ਅਵਤਾਰ :

ਭਗਵਾਨ ਸ਼੍ਰੀ ਹਰੀ ਵਿਸ਼ਣੂ ਨੇ ਰਾਮ ਨੂੰ ਅਯੁੱਧਿਆ ਦੇ ਰਾਜਾ ਦਸ਼ਰਥ ਦੇ ਪੁੱਤਰ ਦੇ ਰੂਪ ਵਿੱਚ ਅਵਤਾਰ ਧਾਰਿਆ, ਦਸ਼ਨਨ ਰਾਵਣ ਨੂੰ ਯੁੱਧ ਵਿੱਚ ਹਰਾਇਆ, ਆਪਣੇ ਅਸਚਰਜ ਤੀਰਾਂ ਨਾਲ ਉਸ ਦੇ ਦਸ ਸਿਰ ਕੱਟ ਕੇ ਦਸ ਦਿਸ਼ਾਵਾਂ ਵਿੱਚ ਫੈਲਾ ਦਿੱਤੇ ਅਤੇ ਸਵਰਗ ਦਾ ਰਾਜ ਇੰਦਰਦੀ ਦਿਗਪਾਲ ਨੂੰ ਸੌਂਪ ਦਿੱਤਾ ਅਤੇ ਧਰਤੀ ਉੱਤੇ ਫਿਰ ਧਰਮ ਦੀ ਸਥਾਪਨਾ ਕੀਤੀ। ਉਸ ਨੇ ਬਹੁਤ ਸਾਰੇ ਅਸੁਰਾਂ ਨੂੰ ਮਾਰ ਕੇ ਧਰਮ ਦੀ ਸਥਾਪਨਾ ਕੀਤੀ ਅਤੇ ਉਸ ਨੂੰ ਮਰਿਆਦਾ ਪੁਰਸ਼ੋਤਮ ਕਿਹਾ ਜਾਂਦਾ ਸੀ।

8. ਬਲਰਾਮ ਅਵਤਾਰ :

ਇਸ ਅਵਤਾਰ ਵਿੱਚ ਮਹਾਂਪ੍ਰਭੂ ਨੇ ਭਗਵਾਨ ਬਲਦੇਵ ਜੀ ਦਾ ਰੂਪ ਧਾਰਿਆ ਸੀ, ਉਹ ਬਹੁਤ ਚਿੱਟੇ ਸਨ, ਇਸ ਅਵਤਾਰ ਵਿੱਚ ਰੱਬ ਨੇ ਨਵੇਂ ਬੱਦਲਾਂ ਦੀ ਸੁੰਦਰਤਾ ਵਰਗੇ ਨੀਲੇ ਕੱਪੜੇ ਪਾਏ

ਹਨ। ਭਗਵਾਨ ਬਲਰਾਮ ਦੀ ਸੁੰਦਰਤਾ ਨੂੰ ਵੇਖਣਾ ਇਉਂ ਜਾਪਦਾ ਹੈ ਜਿਵੇਂ ਮਾਂ ਯਮੁਨਾ ਜੀ ਆਪਣੇ ਹਲ ਦੇ ਝਟਕੇ ਤੋਂ ਡਰ ਕੇ ਆਪਣੇ ਕੱਪੜਿਆਂ ਵਿਚ ਲੁਕੀ ਹੋਈ ਹੈ।

9. ਬੁੱਧ ਅਵਤਾਰ :

ਇਸ ਅਵਤਾਰ ਵਿੱਚ ਮਹਾਪ੍ਰਭੂ ਨੇ ਭਗਵਾਨ ਬੁੱਧ ਦੇ ਰੂਪ ਵਿੱਚ ਯੱਗ ਵਿੱਚ ਜਾਨਵਰਾਂ ਦੀ ਬਲੀ ਦਾ ਅੰਤ ਜਾਨਵਰਾਂ ਪ੍ਰਤੀ ਸਦਭਾਵਨਾ ਰੱਖ ਕੇ ਅਤੇ ਦਿਆਲੂ ਹੋ ਕੇ ਕੀਤਾ ਅਤੇ ਜਾਨਵਰਾਂ ਪ੍ਰਤੀ ਜਾਨਵਰਾਂ ਦੀ ਵਹਿਸ਼ੀ ਹਿੰਸਾ ਨੂੰ ਦੇਖਦਿਆਂ, ਸ਼ਰੂਤੀ ਭਾਈਚਾਰੇ ਦੀ ਸਖਤ ਨਿੰਦਾ ਕੀਤੀ ਗਈ ਅਤੇ ਜਾਨਵਰਾਂ ਪ੍ਰਤੀ ਸਦਭਾਵਨਾ ਦੀ ਭਾਵਨਾ ਸੀ ਅਤੇ ਸਾਰੇ ਜੀਵਾਂ ਪ੍ਰਤੀ ਪਿਆਰ, ਸਦਭਾਵਨਾ ਅਤੇ ਉਦਾਰਤਾ ਦਾ ਸੰਦੇਸ਼ ਦਿੱਤਾ ਗਿਆ ਸੀ। ਨੂੰ ਦੱਸਿਆ ਗਿਆ ਹੈ।

10. ਕਲਕਿ ਅਵਤਾਰ:

ਕਲਕੀ ਅਵਤਾਰ ਵਿੱਚ ਸ਼੍ਰੀ ਹਰਿ ਕਲਕੀ ਦਾ ਰੂਪ ਧਾਰਨ ਕਰਕੇ ਮਛੇਰਿਆਂ ਨੂੰ ਨਸ਼ਟ ਕਰਨ ਲਈ ਮਨੁੱਖੀ ਸਰੀਰ ਨੂੰ ਗ੍ਰਹਿਣ ਕਰਨਗੇ ਅਤੇ ਸ਼ਰਧਾਲੂਆਂ ਅਤੇ ਸੱਜਣਾਂ ਦੀ ਰੱਖਿਆ ਅਤੇ ਬੁਰਾਈ ਨੂੰ ਮਾਰਨ ਲਈ ਧੂਮਕੇਤੂਆਂ ਅਤੇ ਉਲਕਾਵਾਂ ਵਰਗਾ ਭਿਆਨਕ ਰੂਪ ਧਾਰਨ ਕਰਨਗੇ, ਇਹ ਅਵਤਾਰ ਕਲਯੁਗ ਦਾ ਆਖਰੀ ਅਵਤਾਰ ਹੋਵੇਗਾ ਅਤੇ ਕਲਯੁਗ ਦੇ ਆਖਰੀ ਸਮੇਂ ਦਾ ਗਵਾਹ ਬਣੇਗਾ। ਚਾਰ ਯੁਗਾਂ ਦੇ ਅੰਤ ਵਿੱਚ, ਭਵਿੱਖ ਦੇ ਮਾਲਕ ਦੇ ਅਨੁਸਾਰ, ਇਸ ਨੂੰ ਧਰਤੀ 'ਤੇ ਰੱਬ ਅਤੇ ਭਗਤਾਂ ਦਾ ਯੁੱਗ ਮੰਨਿਆ ਜਾਵੇਗਾ। ਇਸ ਯੁੱਗ ਨੂੰ ਗ੍ਰੰਥਾਂ ਅਤੇ ਪੁਰਾਣਾਂ ਵਿੱਚ ਮੁੱਢਲਾ ਸਤਯੁਗ, ਸੰਗਮ ਯੁਗ ਜਾਂ ਸਦੀਵੀ ਯੁੱਗ ਕਿਹਾ ਜਾਂਦਾ ਹੈ। ਭਾਵਿਸ਼ਯ ਮਲਿਕਾ ਅਨੁਸਾਰ 4 ਯੁਗਾਂ ਵਿਚ ਭਗਤਾਂ ਦੀਆਂ ਇੱਛਾਵਾਂ ਪੂਰੀਆਂ ਕਰਨ ਲਈ ਭਗਵਾਨ ਸ਼੍ਰੀ ਹਰਿ ਵਿਸ਼ਣੂ ਖੁਦ ਕਲਕੀ ਅਵਤਾਰ ਨੂੰ ਧਰਤੀ ਤੇ ਲੈ ਕੇ ਭਗਤਾਂ ਨਾਲ ਰਹਿਣਗੇ ਅਤੇ 1009 ਸਾਲ ਤੱਕ ਦੁਨੀਆ ਨੂੰ ਸੁੱਖ, ਖੁਸ਼ਹਾਲੀ, ਗਿਆਨ, ਵਿਗਿਆਨ ਪ੍ਰਦਾਨ ਕਰਨਗੇ। ਮਹਾਪ੍ਰਭੂ 1009 ਸਾਲ ਤੱਕ ਧਰਤੀ ਤੇ ਰਾਜ ਕਰਨਗੇ, ਆਉਣ ਵਾਲੇ ਸਮੇਂ ਵਿੱਚ ਇਸ ਯੁੱਗ ਨੂੰ ਸਦੀਵ ਕਾਲ ਦੇ ਤੌਰ ਤੇ ਜਾਣਿਆ ਜਾਵੇਗਾ।

ਅਧਿਆਇ-10

ਵਿਸ਼ਾ:- ਸ਼੍ਰੀ ਜਗਨਨਾਥ ਦੇ ਇਲਾਕੇ ਤੋਂ ਕਲਯੁਗ ਦੀ ਸਮਾਪਤੀ ਦੇ ਸਬੰਧ ਵਿੱਚ ਪ੍ਰਾਪਤ ਹੋਏ ਸੰਕੇਤ

---

1. ਮਹਾਤਮਾ ਪੰਚਸਾਖਓ ਨੇ ਭਗਵਾਨ ਨਿਰਾਕਾਰਤ ਜਗਨਨਾਥ ਜੀ ਦੇ ਨਿਰਦੇਸ਼ਾਂ ਨਾਲ ਭਾਵਿਸ਼ਯ ਮਲਿਕਾ ਦੀ ਸਿਰਜਣਾ ਕੀਤੀ। ਭਾਵਿਸ਼ਯ ਮਲਿਕਾ ਮੁੱਖ ਤੌਰ ਤੇ ਕਲਯੁਗ ਦੇ ਅੰਤ ਨਾਲ ਸੰਬੰਧਿਤ ਸਮਾਜਿਕ, ਸਰੀਰਕ ਅਤੇ ਭੂਗੋਲਿਕ ਤਬਦੀਲੀਆਂ ਦੇ ਲੱਛਣਾਂ ਦਾ ਵਰਣਨ ਕਰਦੀ ਹੈ। ਸ਼ਾਸਤਰਾਂ ਦੀ ਲਿਖਤ ਤੋਂ ਇਲਾਵਾ ਸ੍ਰੀ ਜਗਨਨਾਥ ਜੀ ਦੇ ਮੁੱਖ ਖੇਤਰ ਨੂੰ ਆਦਿ ਵੈਕੁੰਠ (ਮਾਰਤਿਆ ਵੈਕੁੰਠ) ਦੱਸਿਆ ਗਿਆ ਹੈ। 5000 ਸਾਲ ਦਾ ਕਲਯੁਗ ਬੀਤ ਜਾਣ ਤੋਂ ਬਾਅਦ ਪੰਚਸਾਖਾਂ ਨੇ ਸ਼ਰਧਾਲੂਆਂ ਨੂੰ ਭਗਤਾਂ ਦੇ ਮਨਾਂ ਵਿਚੋਂ ਇਹ ਸ਼ੰਕਾ ਦੂਰ ਕਰਨ ਲਈ ਕਿਹਾ ਕਿ ਪ੍ਰਮਾਤਮਾ ਦੀ ਇੱਛਾ ਅਨੁਸਾਰ ਸ੍ਰੀ ਜਗਨਨਾਥ ਜੀ ਦੇ ਨੀਲਾਂਚਲ ਖੇਤਰ ਵਿਚੋਂ ਕਈ ਤਰ੍ਹਾਂ ਦੇ ਚਿੰਨ੍ਹ ਦਿਖਾਈ ਦੇਣਗੇ ਅਤੇ ਇਨ੍ਹਾਂ ਸੰਕੇਤਾਂ ਦੀ ਪਾਲਣਾ ਕਰਕੇ ਸ਼ਰਧਾਲੂਆਂ ਨੂੰ ਕਲਯੁਗ ਯੁੱਗ ਦੇ ਅੰਤ ਅਤੇ ਭਗਵਾਨ ਕਲਕਿ ਦੇ ਅਵਤਾਰ ਬਾਰੇ ਪਤਾ ਲੱਗ ਜਾਵੇਗਾ ।

"ਦਿਵਿਆ ਸਿੰਹ ਅੰਕੇ ਬਾਬੂ ਸਰਬ ਦੇਖਿਬੁ,
ਛਾੜੀ ਚਕਾ ਗਲੁ ਬੋਲੀ ਨਿਸ਼ਚਯ ਜਾਣਿਬੁ,
ਨਰ ਬਾਲੁਤ ਰੂਪਰੇ ਆਂਮਭੇ ਜਨਮਿਬੂ । "

(ਗੁਪਤ ਗਿਆਨ- ਅਚਯੁਤਾਨੰਦਦਾਸ)

ਮਹਾਤਮਾ ਅਚਯੁਤਾਨੰਦ ਜੀ ਨੇ ਉਪਰੋਕਤ ਸ਼ਲੋਕ ਵਿੱਚ ਮਹਾਪ੍ਰਭੂ ਸ਼੍ਰੀ ਜਗਨਨਾਥ ਦੇ ਪਹਿਲੇ ਸੇਵਕ ਅਤੇ ਸਨਾਤਨ ਧਰਮ ਦੇ ਠਾਕੁਰ ਰਾਜੇ (ਦਿਵਿਆ ਸਿੰਘ ਦੇਵ ਚੌਥਾ) ਬਾਰੇ ਵਰਣਨ

ਕੀਤਾ ਹੈ। ਮਹਾਪੁਰਖ ਨੇ ਇਹ ਵੀ ਜ਼ਿਕਰ ਕੀਤਾ ਕਿ ਜਗਨਨਾਥ ਖੇਤਰ ਵਿੱਚ ਮਹਾਰਾਜਾ ਇੰਦਰਦਿਊਮਨਾ ਦੀ ਪਰੰਪਰਾ

ਡੀ.ਐਸ. ਦੇ ਅਨੁਸਾਰ, ਵੱਖ-ਵੱਖ ਸਮਿਆਂ 'ਤੇ ਵੱਖ-ਵੱਖ ਰਾਜਿਆਂ ਨੇ ਜਗਨਨਾਥ ਦੇ ਖੇਤਰ ਦਾ ਇੰਚਾਰਜ ਸੀ। ਜਦੋਂ ਚੌਥੀ ਪਾਤਸ਼ਾਹੀ ਦਿਵਿਆ ਸਿੰਘ ਦੇਵ ਉਪਰੋਕਤ ਰਾਜਿਆਂ ਦੇ ਨੁਮਾਇੰਦੇ ਦਾ ਅਹੁਦਾ ਸੰਭਾਲਣਗੇ ਤਾਂ ਕਲਯੁਗ ਦੇ 5000 ਸਾਲ ਬੀਤ ਚੁੱਕੇ ਹੋਣਗੇ। ਇਸ ਨਾਲ ਮਹਾਨ ਪੁਰਸ਼ ਅਚਯੁਤਾਨੰਦ ਨੇ ਦੋ ਗੱਲਾਂ ਨੂੰ ਸਾਬਤ ਕਰ ਦਿੱਤਾ, ਇਕ ਪਾਸੇ ਤਾਂ ਚੌਥੇ ਦਿਵਿਆ ਸਿੰਘ ਦੇਵ ਰਾਜਾ ਦਾ ਅਹੁਦਾ ਸੰਭਾਲਣਗੇ, ਦੂਜਾ, ਕਲਯੁਗ ਦੇ 5000 ਸਾਲ ਬੀਤ ਚੁੱਕੇ ਹਨ ਅਤੇ ਅੱਜ ਕਲਯੁਗ ਦਾ 5125ਵਾਂ ਸਾਲ ਚੱਲ ਰਿਹਾ ਹੈ।

ਮਹਾਤਮਾ ਅਚਯੁਤਾਨੰਦ ਨੇ ਇਸ ਲੜੀ ਵਿਚ ਇਸ ਦੀ ਸਚਾਈ ਦਾ ਖੁਲਾਸਾ ਕੀਤਾ ਅਤੇ ਦੱਸਿਆ ਕਿ ਜਦੋਂ ਸ਼੍ਰੀਕਸ਼ੇਤਰ ਦਾ ਰਾਜਾ, ਚੌਥਾ ਦਿਵਿਆ ਸਿੰਘ ਦੇਵ ਮਹਾਰਾਜ ਸੱਤਾ ਵਿਚ ਹੋਵੇਗਾ (ਜੋ ਵਰਤਮਾਨ ਵਿਚ ਹੈ) ਤਾਂ ਇਹ ਕਲਯੁਗ ਦੇ ਅੰਤ ਦਾ ਸਬੂਤ ਹੋਵੇਗਾ। ਫਿਰ ਮਹਾਂਪੁਰਖ ਅਚਯੁਤਾਨੰਦ ਜੀ ਨੇ ਉਪਰੋਕਤ ਪੰਗਤੀਆਂ ਵਿੱਚ ਸਮਝਾਇਆ ਕਿ ਜਦੋਂ ਚਤੁਰਥ ਦਿਵਿਆ ਸਿੰਘ ਦੇਵ ਰਾਜਾ ਉੜੀਸਾ ਦੇ ਸ਼੍ਰੀਕਸ਼ੇਤਰ ਵਿੱਚ ਰਾਜ ਕਰੇਗਾ ਤਾਂ ਭਗਵਾਨ ਜਗਨਨਾਥ ਕਲਕਿ ਅਵਤਾਰ ਲੈਣਗੇ ਅਤੇ ਭਗਵਾਨ ਜਗਨਨਾਥ ਮਨੁੱਖੀ ਸਰੀਰ ਪਹਿਨ ਕੇ ਕਲਕਿ ਅਵਤਾਰ ਲੈਣਗੇ ਅਤੇ ਧਰਮ ਦੀ ਸਥਾਪਨਾ ਕਰਨਗੇ ।

2. ਮਹਾਂਪੁਰਖ ਅਚਯੁਤਾਨੰਦ ਜੀ ਨੇ ਸਪੱਸ਼ਟ ਕਿਹਾ ਹੈ ਕਿ ਚੌਥੇ ਦਿਵਿਆ ਸਿੰਘ ਦੇਵ ਦੇ ਸਮੇਂ ਵਿੱਚ ਕਲਯੁਗ ਦੀ ਉਮਰ ਪੂਰੀ ਹੋ ਜਾਵੇਗੀ ਅਤੇ ਭਗਵਾਨ ਜਗਨਨਾਥ ਕਲਕਿ ਦਾ ਜੀਵਨ ਪੂਰਾ ਕਰ ਸਕਣਗੇ।

   ਉਹ ਬ੍ਰਾਹਮਣ ਦੇ ਘਰ ਬੱਚੇ ਦੇ ਰੂਪ ਵਿੱਚ ਪੈਦਾ ਹੋਣਗੇ । ਮਹਾਂਪੁਰਖ ਅਚੁਤਾਨੰਦ ਜੀ ਨੇ ਆਪਣੇ ਅਸ਼ਟ ਗੁਜਰੀ ਵਿੱਚ ਸਮਝਾਇਆ:-

"ਪੂਰਵ ਭਾਨੁ ਅਬਾ ਪਸ਼ਚਿਮੇਂ ਜਿਬ,
ਅਚਯੁਤ ਬਚਨ ਆਨ ਨੋਹਿਬਮ ।
ਪਰਵਤ ਸ਼ਿਖਰੇ ਫੁਟਿਬ ਕਈ,
ਅਚਯੁਤ ਬਚਨ ਮਿਥਯਾ ਨੁੰਹਈ।
ਠੁਲ ਸੁਨਯਕੁ ਮੁ ਕਰਿਨ ਆਸ ,
ਠੀਕੇ ਭਣੀਲੇ ਸ਼੍ਰੀ **ਅਚਯੁਤ ਦਾਸ** ।"

ਵਿਆਖਿਆ :-

ਅਚਯੁਤਾਨੰਦਦਾਸ ਜੀ ਮੁਕਤਕੰਠ ਨਾਲ ਗੁਰੂ ਦੀ ਪਵਿੱਤਰਤਾ ਅਤੇ ਸੱਚਾਈ ਦਾ ਐਲਾਨ ਕਰਦੇ ਹਨ, ਜੋ ਭਗਤਾਂ ਦੇ ਮਨਾਂ ਵਿੱਚ ਸ਼ਰਧਾ ਅਤੇ ਵਿਸ਼ਵਾਸ ਨੂੰ ਮੁੜ ਜਗਾਉਂਦਾ ਹੈ, ਇਹ ਕਹਿੰਦੇ ਹੋਏ ਕਿ ਸੂਰਜ ਪੱਛਮ ਦਿਸ਼ਾ ਵਿੱਚ ਚੜ੍ਹ ਸਕਦਾ ਹੈ, ਅਤੇ ਪਹਾੜ ਦੀ ਚੋਟੀ 'ਤੇ ਕਮਲ ਦਾ ਫੁੱਲ ਖਿੜ ਸਕਦਾ ਹੈ। ਪਰ ਉਸ ਦੁਆਰਾ ਲਿਖੇ ਸ਼ਬਦ ਝੂਠੇ ਨਹੀਂ ਹੋਣਗੇ।

" ਦਿਵਯ ਕੇਸ਼ਰੀ ਰਾਜਾ ਹੋਇਬ ,
ਥੇਬੇ ਕਲਿਯੁਗ ਸਰਿਬ ।
ਚਤੁਰਥ ਦਿਬਯ ਸਿੰਹ ਥਿਬ ,
ਸੇ ਕਾਲੇ ਕਲਿਯੁਗ ਥਿਬ ।"

ਵਿਆਖਿਆ :- ਮਹਾਂਪੁਰਖ ਅਚਯੁਤਾਨੰਦ ਨੇ ਉਪਰੋਕਤ ਪੰਗਤੀ ਵਿੱਚ ਲਿਖਿਆ ਹੈ ਕਿ ਜਦੋਂ ਉੜੀਸਾ ਦੇ ਸ਼੍ਰੀਕਸ਼ੇਤਰ (ਸ਼੍ਰੀਖੇਤਰ) ਵਿੱਚ ਰਾਜਾ 'ਦਿਵਿਆ ਸਿੰਘ ਦੇਵ' ਚੌਥਾ ਰਾਜ ਕਰ ਰਿਹਾ ਹੋਵੇਗਾ ਤਾਂ ਕਲਯੁਗ ਖਤਮ ਹੋ ਗਿਆ ਹੋਵੇਗਾ ਅਤੇ ਸਤਯੁਗ ਸ਼ੁਰੂ ਹੋ ਗਿਆ ਹੋਵੇਗਾ, ਪਰ ਸਤਯੁਗ ਦਾ ਕੋਈ ਪ੍ਰਭਾਵ ਕਿਤੇ ਵੀ ਦਿਖਾਈ ਨਹੀਂ ਦੇਵੇਗਾ। ਵਾਰ-ਵਾਰ ਮਹਾਤਮਾ ਅਚਯੁਤਾਨੰਦ ਜੀ ਨੇ ਆਪਣੀ ਆਵਾਜ਼ ਨਾਲ ਵਾਰ-ਵਾਰ ਇਸ ਦਾ ਸਮਰਥਨ ਕੀਤਾ ਹੈ। ਮਹਾਨ ਜਗਨਨਾਥਦਾਸ ਜੀ ਮਾਤਾ ਰਾਧਾਰਾਣੀ ਦੇ ਹਾਸੇ ਤੋਂ ਉਤਰੇ ਸਨ (ਉਨ੍ਹਾਂ ਦੇ ਇੱਕ ਹੋਰ ਦੋਸਤ) ਨੇ ਵੀ ਉਨ੍ਹਾਂ ਦੇ ਭਾਸ਼ਣ ਦਾ ਸਮਰਥਨ ਕੀਤਾ ਹੈ।

"ਪੁਰਸ਼ੋਤਮ ਦੇਬ ਰਾਜਾਨਕ ਠਾਰੂ,
ਉਨਬੀਨਸ ਰਾਜਾ ਹੇਬੇ ਸਠਾਰੂ।
ਉਨਬੀਨਸ ਰਾਜਾ ਪਰੇ ਰਾਜਾ ਨਾਹੀਂ ਆਉ,
ਅਕੁਲੀ ਹੋਈਬੇ ਕੁਲਕੁ ਬੋਹੁ। "

ਉਪਰੋਕਤ ਪੰਗਤੀਆਂ ਵਿੱਚ ਮਹਾਂਪੁਰਖ ਸ਼੍ਰੀ ਜਗਨਨਾਥ ਦਾਸ ਜੀ ਨੇ ਲਿਖਿਆ ਹੈ ਕਿ ਇਸ ਜਗਨਨਾਥ ਖੇਤਰ ਦੇ ਪਹਿਲੇ ਰਾਜਾ ਸ਼੍ਰੀ ਪੁਰਸ਼ੋਤਮਮ ਦੇਵ ਹੋਣਗੇ। ਸਭ ਤੋਂ ਪਹਿਲਾਂ ਮੰਦਰ ਦੇ ਸ਼ਾਸਨ ਲਈ ਰਾਜਾ ਸ਼੍ਰੀ ਪੁਰਸ਼ੋਤਮਦੇਵ ਸਮੇਤ 19 ਰਾਜੇ ਜ਼ਿੰਮੇਵਾਰ ਹੋਣਗੇ। ਇਸ ਸਮੇਂ ਮਲਿਕਾ ਦੀ ਕਹਾਣੀ ਸੱਚ ਹੋ ਰਹੀ ਹੈ ਅਤੇ ਸ਼੍ਰੀ ਦਿਵਿਆ ਸਿੰਘ ਦੇਵ 19ਵੇਂ ਰਾਜਾ ਦੇ ਤੌਰ 'ਤੇ ਇਹ ਜ਼ਿੰਮੇਵਾਰੀ ਨਿਭਾ ਰਹੇ ਹਨ ਅਤੇ ਨਾਲ ਹੀ ਮਹਾਂਪੁਰਖ ਸ਼੍ਰੀ ਜਗਨਨਾਥਦਾਸ ਨੇ ਵੀ ਲਿਖਿਆ ਹੈ ਕਿ 19ਵੇਂ ਪਾਤਸ਼ਾਹ ਸ਼੍ਰੀ ਦਿਵਿਆ ਸਿੰਘ ਦੇਵ ਦਾ ਕੋਈ ਪੁੱਤਰ ਨਹੀਂ ਹੋਵੇਗਾ। ਅੱਜ ਮਹਾਪ੍ਰਭੂ ਦੇ ਭਗਤ ਮਲਿਕਾ ਦੇ ਸ਼ਬਦਾਂ ਨੂੰ ਸੱਚ ਮੰਨ ਕੇ ਇਸ ਨੂੰ ਪ੍ਰਮਾਣਿਕ ਮੰਨ ਰਹੇ ਹਨ। ਉਨ੍ਹਾਂ ਮਹਾਂਪੁਰਖਾਂ ਨੇ 600 ਸਾਲ ਪਹਿਲਾਂ ਜੋ ਲਿਖਿਆ ਸੀ, ਉਹ ਅੱਜ ਲਗਾਤਾਰ ਘਟਦਾ ਜਾ ਰਿਹਾ ਹੈ। ਇਸ ਲਈ ਇਹ ਸਾਬਤ ਹੋ ਜਾਂਦਾ ਹੈ ਕਿ ਕਲਯੁਗ ਖਤਮ ਹੋ ਗਿਆ ਹੈ ਅਤੇ ਧਰਮ ਦੀ ਸਥਾਪਨਾ ਦਾ ਗੁਪਤ ਕਾਰਜ ਚਲ ਰਿਹਾ ਹੈ।

ਮਹਾਂਪੁਰਖ ਅਚਯੁਤਾਨੰਦ ਜੀ ਨੇ ਭਵਿੱਖ ਦੀ ਲੜੀ ਵਿੱਚ ਰਚਨਾ ਕੀਤੀ ਹੈ:-
" ਚੁਲਰੂ ਪਥਰ ਜੇਬੇ ਖਸਿਬ ਸੂਤ , ਖਸੀਲੇ ਅੰਲੇ ਬੇੜਾ ਰੂ ਹੇਬ ਏ ਕਲਿ ਹਤ। "

ਇੱਕ ਵਾਰ ਫਿਰ, ਭਾਵਿਸ਼ਯ ਮਲਿਕਾ ਗ੍ਰੰਥ ਵਿੱਚ, ਸ਼੍ਰੀ ਜਗਨਨਾਥ ਦੇ ਖੇਤਰ 'ਤੇ ਧਿਆਨ ਕੇਂਦਰਿਤ ਕਰਦੇ ਹੋਏ, ਮਹਾਨ ਆਦਮੀ ਅਚਯੁਤਾਨੰਦ ਦਾਸ ਜੀ ਨੇ ਭਗਤਾਂ ਨੂੰ ਸੂਚਿਤ ਕਰਨ ਲਈ ਲਿਖਿਆ ਹੈ ਕਿ ਜਦੋਂ ਸ਼੍ਰੀ ਜਗਨਨਾਥ ਧਾਮ ਦੇ ਮੁੱਖ ਮੰਦਰ ਤੋਂ ਪੱਥਰ ਡਿੱਗਦਾ ਹੈ, ਤਾਂ ਸਮਝੋ ਕਿ ਕਲਯੁਗ ਦਾ ਅੰਤ ਹੋ ਗਿਆ ਹੈ। 16-6-1990 ਨੂੰ ਸ਼੍ਰੀ ਮੰਦਰ ਦੇ ਆਮਲਾ ਬੇਧਾ

ਤੋਂ ਇਕ ਪੱਥਰ ਡਿੱਗਾ, ਜਿਸ ਦੀ ਜਾਂਚ ਲਈ ਕੇਂਦਰੀ ਬਜਟ ਵਿਭਾਗ ਨੇ ਇਕ ਕਮੇਟੀ ਬਣਾਈ ਸੀ, ਪਰ ਵਿਗਿਆਨੀਆਂ ਨੂੰ ਅੱਜ ਤੱਕ ਪਤਾ ਨਹੀਂ ਹੈ।

ਮੰਦਰ ਵਿੱਚ ਇਤਨਾ ਵੱਡਾ ਪੱਥਰ(1ਟਨ ਤੋਂ ਵੱਧ)ਕਿੱਥੋਂ ਆਇਆ ਅਤੇ ਇਹ ਕਿਵੇਂ ਡਿੱਗ ਪਿਆ? ਇਹ ਵਿਗਿਆਨੀਆਂ ਲਈ ਹੈਰਾਨੀਜਨਕ ਵਰਤਾਰੇ ਦੇ ਨਾਲ ਖੋਜ ਦਾ ਵਿਸ਼ਾ ਬਣਿਆ ਹੋਇਆ ਹੈ। ਸਾਰੇ ਮਹਾਤਮਾਵਾਂ ਅਤੇ ਰਿਸ਼ੀਆਂ-ਮੁਨੀਆਂ ਦੀ ਆਵਾਜ਼ ਸੱਚੀ ਸਾਬਤ ਹੋਈ ਹੈ, ਅਤੇ ਇਸ ਰੂਪ ਵਿੱਚ ਭਗਤਾਂ ਲਈ ਇੱਕ ਸੰਕੇਤ ਸੀ। ਜਗਨਨਾਥ ਮੰਦਰ ਦੇ ਅੰਦਰ ਆਂਵਲਾ ਬੇਧਾ ਤੋਂ ਪੱਥਰ ਦਾ ਡਿੱਗਣਾ ਕਲਯੁਗ ਦੇ ਅੰਤ ਦਾ ਸਬੂਤ ਹੈ।

3 ਮਹਾਂਪੁਰਖ ਅਚਯੁਤਾਨੰਦ ਜੀ ਨੇ ਆਪਣੇ ਭਾਵਿਸ਼ਯ ਮਲਿਕਾ ਗ੍ਰੰਥ ਗਰੁੜ ਸੰਵਾਦ ਵਿੱਚ ਜ਼ਿਕਰ ਕੀਤਾ ਹੈ ਕਿ ਇੱਕ ਦਿਨ ਪਰਮਾਤਮਾ ਦੇ ਪ੍ਰਮੁੱਖ ਭਗਤ ਵਿਨੀਤਾਨੰਦਨ ਗਰੁੜ ਨੇ ਮਹਾਪ੍ਰਭੂ ਨੂੰ ਪੁੱਛਿਆ ਕਿ ਹੇ ਪ੍ਰਭੂ! ਤੂੰ ਚਾਰੇ ਯੁਗਾਂ ਵਿੱਚ ਅਵਤਾਰ ਧਾਰਿਆ ਹੈਂ ਅਤੇ ਕਲਯੁਗ ਦੇ ਅੰਤ ਵਿੱਚ ਕਲਕਿ ਅਵਤਾਰ ਲੈ ਲਵੋ ਤਾਂ ਚਾਰ ਯੁਗਾਂ ਦੇ ਭਗਤ ਅਤੇ ਪਰਮਾਤਮਾ ਮਿਲ ਜਾਣਗੇ। ਜਦੋਂ ਤੁਸੀਂ ਨੀਲਾਂਚਲ ਨੂੰ ਛੱਡ ਕੇ ਦਾਰੂ ਬ੍ਰਹਮਾ ਤੋਂ ਇੱਕ ਅਸਲੀ ਬ੍ਰਹਮ ਬਣ ਜਾਓਗੇ, ਤਾਂ ਸ਼ਰਧਾਲੂ ਨਾਸ਼ਵਾਨ ਵੈਕੁੰਠ ਤੋਂ ਕਿਹੜੇ ਗੁਣ ਦੇਖਣਗੇ, ਜਿਸ ਨਾਲ ਸ਼ਰਧਾਲੂਆਂ ਨੂੰ ਵਿਸ਼ਵਾਸ ਹੋ ਜਾਵੇਗਾ ਕਿ ਤੁਹਾਡੇ ਕਲਕਿ ਅਵਤਾਰ ਦਾ ਸਮਾਂ ਆ ਗਿਆ ਹੈ ਅਤੇ ਸ਼ਰਧਾਲੂ ਮਲਿਕਾ ਦੇ ਮਗਰ ਲੱਗ ਕੇ ਤੁਹਾਡਾ ਅਸ਼ੀਰਵਾਦ ਲੈਣਗੇ?

ਮਹਾਂਪੁਰਖ ਅਚਯੁਤਾਨੰਦ ਨੇ ਭਵਿੱਖ ਦੀ ਲੜੀ ਵਿਚ ਲਿਖਿਆ ਹੈ:-

" ਬੜ ਦੇਉਲ ਕੁ ਆਪਣੇ ਜੇਬੇ ਤੇਜਯਾ ਕਰਿਬੇ,
ਕਿ ਕਿ ਸੰਕੇਤ ਦੇਖਿਲੇ ਮਨੇ ਪ੍ਰਤਯੇ ਹੋਈਬੇ। "

ਉਪਰੋਕਤ ਸਤਰਾਂ ਦਾ ਮਤਲਬ ਹੈ ਕਿ ਜਦੋਂ ਭਗਵਾਨ ਨੀਲਾਂਚਲ ਚਲੇ ਜਾਣਗੇ, ਤਾਂ ਸ਼ਰਧਾਲੂਆਂ ਨੂੰ ਇੱਕ ਸੰਕੇਤ ਮਿਲੇਗਾ ਅਤੇ ਉਹ ਇਸ ਨੂੰ ਦੇਖ ਕੇ ਹੀ ਇਸ 'ਤੇ ਵਿਸ਼ਵਾਸ ਕਰਨਗੇ। ਤਦ ਭਗਵਾਨ ਕ੍ਰਿਸ਼ਨ ਕਹਿ ਰਹੇ ਹਨ:

"**ਗਰੁੜ ਮੁਖਕੁ** ਚਾਂਹਿਣ ਕਹੁਚੰਤਿ ਅਚਿਯੁਤ,
ਕਸ਼ੇਤ੍ਰ ਰੇ ਰਹਿਬੇ ਅਨੰਤ ਬਿਮਲਾ ਲੋਕਨਾਥ॥ "

ਇਨ੍ਹਾਂ ਸਤਰਾਂ ਵਿਚ ਭਗਵਾਨ ਗਰੁੜ ਜੀ ਨੂੰ ਕਹਿ ਰਹੇ ਹਨ ਕਿ ਜਦੋਂ ਮੈਂ ਨੀਲਾਂਚਲ ਨੂੰ ਛੱਡਾਂਗਾ ਤਾਂ ਮੇਰੇ ਵੱਡੇ ਭਰਾ ਬਲਰਾਮ ਜੀ ਨੀਲਾਂਚਲ ਖੇਤਰ ਦੀ ਵਾਗਡੋਰ ਸੰਭਾਲਣਗੇ ਅਤੇ ਨੀਲਾਂਚਲ ਖੇਤਰ ਦੇ ਖੇਤਰੇਤਰਦਿਸ਼ਵਰ ਹੋਣਗੇ, ਸ਼ਕਤੀਸਵਰੂਪਿਨੀ ਮਾਂ ਵਿਮਲਾ ਅਤੇ ਲੋਕਨਾਥ ਮਹਾਪ੍ਰਭੂ ਉਸ ਸਮੇਂ ਉਸ ਸ਼੍ਰੀਕਸ਼ੇਤਰ ਵਿਚ ਹੋਣਗੇ, ਪਰ ਮੈਂ (ਜਗਨਨਾਥ) ਮਨੁੱਖ ਦੇ ਰੂਪ ਵਿਚ ਪੈਦਾ ਹੋਵਾਂਗਾ। "

ਫਿਰ ਗਰੁੜ ਨੇ ਪੁੱਛਿਆ ਕਿ ਪਹਿਲਾ ਸੰਕੇਤ ਕੀ ਹੋਵੇਗਾ ਕਿ ਭਗਤ ਗੁਰੂ ਨੂੰ ਪੜ੍ਹ ਕੇ ਸਮਝੇਗਾ ਕਿ ਤੁਸੀਂ ਨੀਲਾਂਚਲ ਛੱਡ ਆਏ ਹੋ?

ਇਕ ਵਾਰ ਫਿਰ, ਜਿਸ ਮਹਾਂਪੁਰਖ ਅਚਯੁਤਾਨੰਦ ਨੇ ਵਰਣਨ ਕੀਤਾ ਹੈ :-

"ਦੇਉਲ ਰੂ ਚੁਨ ਛਾਰਿਬ,ਚਕਰ ਬਕਰ ਹੋਇਬ, ਮਹਾਲੀਆ ਹੋਈ ਭਾਰਤ ਅੰਕ ਕਟਾਉ ਥਿਬ।"

ਉਪਰੋਕਤ ਪੰਗਤੀ ਦਾ ਅਰਥ ਹੈ :-

ਜਦੋਂ ਸ੍ਰੀ ਜਗਨਨਾਥ ਜੀ ਦੇ ਮੁੱਖ ਮੰਦਰ ਵਿੱਚ ਲਾਈ ਗਈ ਚੂਨੇ ਦੀ ਪਰਤ ਵਿੱਚੋਂ ਕੋਈ ਚੂਨਾ ਨਿਕਲੇਗਾ ਤਾਂ ਸ੍ਰੀ ਜਗਨਨਾਥ ਮੰਦਰ ਦੇ ਸਿਖਰ 'ਤੇ ਨੀਲਾ ਚੱਕਰ ਥੋੜ੍ਹਾ ਟੇਢਾ ਹੋ ਜਾਵੇਗਾ ਅਤੇ ਉਸ ਸਮੇਂ ਭਾਰਤ ਦੀ ਆਰਥਿਕ ਹਾਲਤ ਠੀਕ ਨਹੀਂ ਹੋਵੇਗੀ।

ਉਪਰੋਕਤ ਪੰਗਤੀ ਤੋਂ ਪਤਾ ਲੱਗਦਾ ਹੈ ਕਿ ਜਗਨਨਾਥ ਮੰਦਰ ਤੋਂ ਚੂਨੇ ਦਾ ਪੇਸਟ ਡਿੱਗਣ ਸਮੇਂ ਉਸ ਵੇਲੇ ਦੇ ਪ੍ਰਧਾਨ ਮੰਤਰੀ ਡਾ ਚੰਦਰਸ਼ੇਖਰ ਸਨ ਅਤੇ ਉਨ੍ਹਾਂ ਨੇ 3000 ਟਨ ਸੋਨਾ ਗਿਰਵੀ ਰੱਖ ਕੇ ਭਾਰਤ ਵਿਚ ਪੈਸੇ ਦੀ ਕਮੀ ਨੂੰ ਪੂਰਾ ਕੀਤਾ ਅਤੇ ਉਸ ਤੋਂ ਬਾਅਦ ਭਾਰਤ ਦੇ ਪ੍ਰਧਾਨ ਮੰਤਰੀ ਨਰਸਿਮ੍ਹਾ ਰਾਓ ਨੇ ਭਾਰਤ ਦੀ ਆਰਥਿਕ ਨੀਤੀ ਨੂੰ ਬਦਲ ਕੇ ਆਰਥਿਕ ਉਦਾਰੀਕਰਨ ਦੀ ਨੀਤੀ ਅਪਣਾ ਕੇ ਸਥਿਤੀ ਵਿਚ ਸੁਧਾਰ ਕੀਤਾ। ਇਸ ਲੜੀ ਦੀ ਉਪਰੋਕਤ ਸਤਰ ਤੋਂ ਸਿੱਧ ਹੁੰਦਾ ਹੈ ਕਿ ਮਹਾਨ ਵਿਅਕਤੀ ਅਚਯੁਤਾਨੰਦ ਜੀ ਨੇ 600 ਸਾਲ ਪਹਿਲਾਂ

ਜੋ ਕਿਹਾ ਸੀ ਕਿ ਜਦੋਂ ਜਗਨਨਾਥ ਮੰਦਰ ਤੋਂ ਚੂਨਾ ਹਟਾ ਦਿੱਤਾ ਜਾਵੇਗਾ ਤਾਂ ਭਾਰਤ ਦੀ ਆਰਥਿਕ ਹਾਲਤ ਚੰਗੀ ਨਹੀਂ ਹੋਵੇਗੀ ਅਤੇ ਇਹ ਅੱਜ ਸਾਬਤ ਹੋ ਗਿਆ ਹੈ। ਮਹਾਂਪ੍ਰਭੂ ਸ਼੍ਰੀ ਕ੍ਰਿਸ਼ਨ ਦੂਜੇ ਸੰਕੇਤ ਬਾਰੇ ਸਮਝਾਉਂਦੇ ਹਨ:-

"ਬੜ ਦੇਉਲ ਰੁ ਪਥਰ ਜੇਬੇ ਖਸਿਬ ਪੁਣ , ਗ੍ਰਧਰ ਪਕਸ਼ੀ ਜੇ ਬਸਿਬ ਅਰੁਣ ਰ ਸਤੰਭੇਣ। "

ਇਨ੍ਹਾਂ ਸਤਰਾਂ ਦਾ ਅਰਥ ਹੈ ਕਿ ਜਦੋਂ ਆਂਵਲ ਬੇੜਾ ਤੋਂ ਪੱਥਰ ਡਿੱਗਦਾ ਹੈ, ਤਾਂ ਸੂਰਜ ਪੁੱਤਰ ਅਰੁਣ (ਅਰੁਣ ਸਤੰਭ) ਦੇ ਉੱਪਰ ਬਾਜ ਪਕਸ਼ੀ ਜਾਂ ਗਿੱਧ ਬੈਠ ਜਾਵੇਗਾ। ਇਸ ਤੋਂ ਅਸੀਂ ਇਹ ਅੰਦਾਜ਼ਾ ਲਗਾ ਸਕਦੇ ਹਾਂ ਕਿ ਜਿਸ ਸਮੇਂ ਆਂਵਲਾ ਬੇਧਾ ਤੋਂ ਪੱਥਰ ਡਿੱਗਿਆ ਸੀ, ਉਸ ਸਮੇਂ ਅਰੁਣ ਥੰਮ੍ਹ 'ਤੇ ਗਿਰਝ ਦਾ ਪੰਛੀ ਵੀ ਬੈਠਾ ਸੀ।

4 ਮਲਿਕਾ ਦੀਆਂ ਲਿਖਤਾਂ ਵਿਚ ਇਹ ਵੀ ਸਿੱਧ ਹੋ ਚੁੱਕਾ ਹੈ ਕਿ ਸਾਡੀ ਸ਼ਾਸਤ੍ਰੀਯ ਪਰੰਪਰਾ ਅਨੁਸਾਰ ਜੇ ਕੋਈ ਗਿੱਧ ਪੰਛੀ ਕਿਸੇ ਘਰ ਵਿਚ ਬੈਠਦਾ ਹੈ ਤਾਂ ਇਹ ਉਸ ਘਰ ਵਿਚ ਰਹਿਣ ਵਾਲੇ ਲੋਕਾਂ ਤੇ ਆਉਣ ਵਾਲੇ ਸੰਕਟ ਦੀ ਨਿਸ਼ਾਨੀ ਹੈ। ਇਸੇ ਤਰ੍ਹਾਂ ਸ਼੍ਰੀ ਜਗਨਨਾਥ ਮੰਦਰ ਦੇ ਅਰੁਣ ਸਤੰਭ 'ਤੇ ਬੈਠੇ ਗਿੱਧ ਪੰਛੀ ਨੂੰ ਦੇਖਣਾ ਦੁਨੀਆ ਭਰ ਦੇ ਮਨੁੱਖਾਂ ਲਈ ਵੱਡੇ ਖਤਰੇ ਦੀ ਨਿਸ਼ਾਨੀ ਹੈ। ਭਾਵ ਇਸ ਨੂੰ ਕਲਯੁਗ ਦੇ ਅੰਤ ਅਤੇ ਧਰਮ ਦੀ ਸਥਾਪਨਾ ਦੀ ਪਹਿਲੀ ਨਿਸ਼ਾਨੀ ਮੰਨਿਆ ਜਾਂਦਾ ਹੈ। ਤਦ ਮਹਾਂਪੁਰਖ ਅਚਯੁਤਾਨੰਦ ਨੇ ਭਗਤ ਸ਼੍ਰੋਮਣੀ ਗਰੁੜ ਜੀ ਨੂੰ ਦੱਸਿਆ :-

"ਏਹੀ ਸੰਕੇਤ ਕੁ ਜਾਣਿਥਾ ਹੇਤੁ ਮਤਿ ਕੀ ਨੇਈ , ਤੋਰ ਮੋਰ ਭੇਟ ਹੋਇਬ ਮਧਯ ਸਥਲ ਰੇ ਜਾਈ। "

ਉਪਰੋਕਤ ਬਾਣੀ ਦਾ ਅਰਥ ਹੈ :- ਗਰੁੜ ਜੀ ਪੁੱਛਦੇ ਹਨ ਕਿ "ਰੱਬਾ! ਜਦੋਂ ਤੂੰ ਕਲਕੀ ਰੂਪ ਵਿੱਚ ਧਰਾਵਤਰਨ ਕਰਦਾ ਹੈਂ ਤਾਂ ਮੈਂ ਤੈਨੂੰ ਕਿੱਥੇ ਮਿਲ ਸਕਦਾ ਹਾਂ ਅਤੇ ਮੈਂ ਤੇਰੇ ਦਰਸ਼ਨ ਕਿਵੇਂ ਪ੍ਰਾਪਤ ਕਰਾਂਗਾ ਅਤੇ ਆਪਣੇ ਆਪ ਨੂੰ ਤੁਹਾਡੀ ਸੇਵਾ ਲਈ ਕਿਵੇਂ ਸਮਰਪਿਤ ਕਰਾਂਗਾ"?

ਮਹਾਪ੍ਰਭੂ ਨੇ ਉੱਤਰ ਦਿੱਤਾ, "ਹੇ ਗਰੁੜ, ਮੈਂ ਤੈਨੂੰ ਉਥੇ ਲੱਭਾਂਗਾ ਜਿੱਥੇ ਬ੍ਰਹਮਾ ਜੀ ਦਾ ਇੱਕ ਸ਼ੁਭ ਥੰਮ੍ਹ ਹੈ, ਜਿਸ ਨੂੰ ਧਰਤੀ ਦਾ ਸੂਰਜ ਥੰਮ੍ਹ ਮੰਨਿਆ ਜਾਂਦਾ ਹੈ ਅਤੇ ਜਿਸ ਨੂੰ ਬਿਰਜਾ

ਖੇਤਰ ਜਾਂ ਗੁਪਤ ਸੰਭਾਲ ਕਿਹਾ ਜਾਂਦਾ ਹੈ। "ਇਸਨੂੰ ਕੇਂਦਰ ਕਿਹਾ ਜਾਂਦਾ ਹੈ। ਮਹਾਪੁਰਖ ਅਚਯੁਤਾਨੰਦ ਜੀ ਨੇ ਕਿਹਾ "ਹਰਿ ਆਰਜੁਨ ਚਉਤੀਸਾ" ਵਿੱਚ ਕਲਯੁਗ ਦੇ ਅੰਤ ਅਤੇ ਭਗਵਾਨ ਕਲਕਿ ਦੇ ਜਨਮ ਦੇ ਬਾਰੇ ਸ੍ਰੀ ਮੰਦਿਰ ਵਿੱਚ ਮਿਲੇ ਹੋਰ ਸੰਕੇਤਾਂ ਦਾ ਜ਼ਿਕਰ ਹੈ।

"ਨੀਲਾਚਲ ਛਾੜਿ ਅੰਭੇ ਜਿਬੁ ਜੇਤੇ ਬੇਲੇ
ਲ਼ਾਗਿਬ ਰਤਨ ਚਾਂਦੁਆ ਅਗਨਿ ਸੇਤੇ ਬੇਲੇ
ਨਿਸ਼ਾ ਕਾਲੇ ਮੰਦਿਰ ਰੂ ਚੋਰੀ ਹੇਬ ਹੇਲੇ,
ਬੜ ਦੇਊਲੁ ਮੋਹਰ ਖਸਿਬ ਪੱਥਰ ,
ਬਸਿਬ ਜੇ ਗ੍ਰਧਰ ਪਕਸ਼ੀ ਅਰੁਣ ਸਤੰਭਰ।
ਬਤਾਸ ਰੇ ਬਕਰ ਹੇਬ ਨੀਲਚਕਰ ਮੋਰ। "

ਉਪਰੋਕਤ ਪੰਗਤੀਆਂ ਦੇ ਅਰਥ ਇਹ ਹਨ ਕਿ ਮਹਾਂਪੁਰਸ਼ ਅਚਯੁਤਾਨੰਦ ਜੀ ਨੇ ਸਪਸ਼ਟ ਕਰ ਦਿੱਤਾ ਹੈ- ਰੱਬ ਕਹਿੰਦਾ ਹੈ ਕਿ "ਜਦੋਂ ਮੈਂ ਨੀਲਾਚਲ ਨੂੰ ਛੱਡਾਂਗਾ ਤਾਂ ਮੇਰੇ ਰਤਨਾਂ ਨਾਲ ਜੜੀ ਹੋਈ ਗੱਦੀ ਦੇ ਉੱਪਰ ਰਤਨਾਂ ਨਾਲ ਜੜੀ ਹੋਈ ਛੱਤਰੀ ਨੂੰ ਪਹਿਲਾਂ ਅੱਗ ਲੱਗ ਜਾਵੇਗੀ ਅਤੇ ਅੱਧੀ ਰਾਤ ਨੂੰ ਸ੍ਰੀ ਮੰਦਿਰ ਪਰਿਸਰ ਵਿੱਚ ਅੱਧੀ ਰਾਤ ਨੂੰ ਚੋਰੀ ਹੋ ਜਾਵੇਗੀ, ਦਿਗਜਾਂ ਤੋਂ ਪੱਥਰ ਡਿੱਗ ਪੈਣਗੇ। ਨੀਲੇ ਚਕਰ ਬਤਾਸ (ਤੂਫਾਨ) ਕਾਰਨ ਮੁੜ ਕੇ ਟੇਢਾ ਹੋ ਜਾਵੇਗਾ। ਗਿੱਧ ਪੰਛੀ ਮੇਰੇ ਅਰੁਣ ਸਤੰਭ ਤੇ ਬੈਠ ਜਾਵੇਗਾ। ਇਹ ਸਾਰੀਆਂ ਗੱਲਾਂ ਸ੍ਰੀ ਮੰਦਰ ਦੇ ਸ੍ਰੀ ਜਗਨਨਾਥ ਖੇਤਰ ਵਿੱਚ ਹੋ ਚੁਕੀਆਂ ਹਨ ਅਤੇ ਮਲਿਕਾ ਦੀ ਵਾਣੀ ਪੂਰੀ ਤਰ੍ਹਾਂ ਸੱਚ ਹੋ ਗਈ ਹੈ।ਇਸ ਨਾਲ ਕਲਯੁਗ ਦੇ ਪਤਨ ਦਾ ਸੰਕੇਤ (ਦੀ ਜਾਣਕਾਰੀ) ਮਿਲਦੀ ਹੈ। ਫਿਰ "ਕਲਯੁਗ ਗੀਤਾ" ਦੇ ਦੂਜੇ ਅਧਿਆਇ ਵਿੱਚ ਮਹਾਂਪੁਰਖ ਅਚਯੁਤਾਨੰਦ ਜੀ ਸ੍ਰੀ ਜਗਨਨਾਥ ਖੇਤਰ ਦੇ ਵਿਸ਼ੇਸ਼ ਸੰਕੇਤਾਂ ਬਾਰੇ ਦੱਸਦੇ ਹਨ।

" ਮੁਹਿ ਨੀਲਾਚਲ ਛਾੜਿ ਜਿਬਿ ਹੇ ਅਰਜੁਨ,
ਮੋਹਰ ਭੰਡਾਰ ਘਰੇ ਥਿਬ ਜੇਤੇ ਧਨ।
ਤਾਂਹਿਰੇ ਕਲੰਕੀ ਲਾਗਿ ਜਿਬ ਕਸ਼ਯ ਹੋਈ ,
ਮੋਹਰ ਸੇਵਕ ਮਾਨੇ ਬਾਟਰੇ ਨ ਥਾਈ।"

ਵਿਆਖਿਆ (ਭਾਵ):- ਅਰਜੁਨ ਨੇ ਭਗਵਾਨ ਕ੍ਰਿਸ਼ਨ ਨੂੰ ਪੁੱਛਿਆ, "ਜੇ ਤੁਸੀਂ ਨੀਲਾਂਚਲ ਨੂੰ ਛੱਡ ਦਿੰਦੇ ਹੋ, ਤਾਂ ਸ਼੍ਰੀਕਸ਼ੇਤਰ ਤੋਂ ਕਿਹੜਾ ਚਿੰਨ੍ਹ ਦਿਖਾਈ ਦੇਵੇਗਾ, ਕਿਰਪਾ ਕਰਕੇ ਮੈਨੂੰ ਇਸ ਬਾਰੇ ਦੱਸੋ"। ਭਗਵਾਨ ਕ੍ਰਿਸ਼ਨ ਜਵਾਬ ਦਿੰਦੇ ਹਨ, "ਅਰਜੁਨ, ਜਦੋਂ ਮੈਂ ਨੀਲਾਂਚਲ ਨੂੰ ਛੱਡਾਂਗਾ, ਤਾਂ ਮੇਰੇ ਮੰਦਰ ਦੇ ਵਿਹੜੇ ਵਿੱਚ ਸਥਿਤ ਭੰਡਾਰਖਾਨੇ ਦੀ ਕੋਈ ਪ੍ਰਸਿੱਧੀ ਨਹੀਂ ਰਹਿ ਜਾਵੇਗੀ, ਜਿਸਦਾ ਮਤਲਬ ਹੈ ਕਿ ਖਜ਼ਾਨੇ ਮਤਲਬ ਭੰਡਾਰਘਰ ਦਾ ਧਨ ਨਸ਼ਟ ਹੋ ਜਾਵੇਗਾ ਅਤੇ ਖਜ਼ਾਨੇ ਦੇ ਇੰਚਾਰਜ ਸੇਵਕ ਧਰਮ ਦਾ ਅਭਿਆਸ (ਆਚਰਨ) ਨਹੀਂ ਕਰਨਗੇ। ਭੰਡਾਰਘਰ ਫਿਰ ਧਨ ਤੋਂ ਖਾਲੀ ਹੋ ਜਾਵੇਗਾ। ਜਿਵੇਂ ਕਿ ਅਚਯੁਤਾਨੰਦ ਜੀ ਨੇ "ਕਲਯੁਗ ਗੀਤਾ ਦੇ ਦੂਜੇ ਅਧਿਆਇ ਵਿੱਚ ਵਰਣਨ ਕੀਤਾ ਹੈ:

"ਬਹੁਤ ਅਨਯਾਯ ਕਰਿ ਅਰਜਿਬਿ ਧਨ ,
ਤਾਂਹਿਰੇ ਤਾਹਾਂਕ ਦੁਖ ਨੋਹਿਬ ਮੋਚਨ।
ਖਾਈਬਾਕੁ ਨਮਿਲਿਬ ਕਿਛਿ ਨ ਅੰਟਿਬ ,
ਮੋਹਰ ਬੜਪੰਡਾਂਕੁ ਅੰਨ ਨ ਮਿਲਿਬ।
ਮੋਹਰ ਬੜ ਦੇਉਲੁ ਖਸਿਬ ਪੱਥਰ,
ਸ਼੍ਰੀ ਕਸ਼ੇਤ੍ਰ ਰਾਜਨ ਮੋਰ ਨਸੇਬਿ ਪਯਰ।
ਰਾਜਯ ਜਿਬ ਨਾਨਾ ਦੁਖ ਪਾਈਬਾ ਟੀ ਸੇਈ,
ਤਾਂਕੂ ਮਾਨਯ ਨ ਕਰਿਬ ਅਨਯ ਰਾਜਾ ਕੇਹਿ। "

ਵਿਆਖਿਆ (ਭਾਵ):- "ਜਦੋਂ ਮੈਂ ਨੀਲਾਂਚਲ ਨੂੰ ਛੱਡਾਂਗਾ, ਤਾਂ ਕਲਯੁਗ ਦਾ ਅੰਤ ਹੋ ਜਾਵੇਗਾ। ਸ਼੍ਰੀਕਸ਼ੇਤਰ ਨੂੰ ਛੱਡਦੇ ਹੀ ਮੇਰੇ ਕਸ਼ੇਤਰ ਵਿਚ ਬਹੁਤ ਬੇਇਨਸਾਫੀ (ਅਨਿਆਂ) ਹੋਵੇਗਾ ਅਤੇ ਮੇਰੇ ਅਧੀਨ ਪਾਰਸ਼ਦ ਕਈ ਤਰ੍ਹਾਂ ਦੇ ਅਨਿਆਂ ਕਰ ਕੇ ਪੈਸਾ ਕਮਾਉਣਗੇ ਅਤੇ ਆਉਣ ਵਾਲੇ ਸਮੇਂ ਵਿਚ ਮੇਰੇ ਪ੍ਰਧਾਨ ਸੇਵਾਦਾਰ ਆਪਣਾ ਗੁਜ਼ਾਰਾ ਵੀ ਸਹੀ ਢੰਗ ਨਾਲ ਨਹੀਂ ਕਰ ਸਕਣਗੇ। ਅਜਿਹੇ ਕਈ ਬਦਲਾਅ ਸ਼੍ਰੀ ਮੰਦਰ ਚ ਹੋਣਗੇ। ਮਹਾਪੁਰਸ਼ ਅਚਯੁਤਾਨੰਦ ਜੀ ਨੇ ਮਲਿਕਾ ਵਿੱਚ ਜਗਨਨਾਥ ਖੇਤਰ ਦੇ ਇੱਕ ਹੋਰ ਚਿੰਨ੍ਹ (ਸੰਕੇਤ) ਦਾ ਜਿਕਰ ਕੀਤਾ ਹੈ:-

"ਪੇਜਨਲਾ ਪੁਟੀ ਤੋਰ ਪੜਿਬ ਬਿਜੁਲੀ,
ਸ਼ੇ ਜੁਗੇ ਜਿਬ ਕੀ ਪ੍ਰਭੁ ਨੀਲਾਂਚਲ ਛਾੜਿ। "

ਵਿਆਖਿਆ (ਭਾਵ):- ਜਦੋਂ ਸ਼੍ਰੀ ਜਗਨਨਾਥ ਮੰਦਰ ਦੀ ਰਸੋਈਘਰ 'ਤੇ ਬਿਜਲੀ ਡਿੱਗੇਗੀ ਤਾਂ ਕਲਯੁਗ ਖਤਮ ਹੋ ਜਾਵੇਗਾ ਅਤੇ ਸ਼੍ਰੀ ਜਗਨਨਾਥ ਨੀਲਾਂਚਲ ਨੂੰ ਛੱਡ ਕੇ ਮਨੁੱਖੀ ਰੂਪ ਧਾਰਨ ਕਰ ਲੈਣਗੇ। ਹਾਲ ਹੀ ਵਿੱਚ ਸ਼੍ਰੀ ਜਗਨਨਾਥ ਮੰਦਰ ਦੀ ਰਸੋਈ 'ਤੇ ਅਸਮਾਨੀ ਬਿਜਲੀ ਡਿੱਗੀ ਸੀ ਅਤੇ ਇਸ ਦੇ ਸਬੂਤ ਪਹਿਲਾਂ ਹੀ ਦੇ ਦਿੱਤੇ ਜਾ ਚੁੱਕੇ ਹਨ। ਇਸ ਤੋਂ ਇਹ ਮੰਨਿਆ ਜਾ ਸਕਦਾ ਹੈ ਕਿ ਸ਼੍ਰੀ ਜਗਨਨਾਥ ਜੀ ਨੇ ਨੀਲਾਂਚਲ ਨੂੰ ਛੱਡ ਕੇ ਮਨੁੱਖੀ ਸਰੀਰ ਨੂੰ ਗ੍ਰਹਿਣ ਕਰ ਲਿਆ ਹੈ।

ਫਿਰ ਆਪਣੇ ਗ੍ਰੰਥ "ਚੌਸ਼ਠੀ ਪਟਲ" ਵਿੱਚ ਮਹਾਂਪੁਰਸ਼ ਅਚਯੁਤਾਨੰਦ ਨੇ ਜਗਨਨਾਥ ਖੇਤਰ ਤੋਂ ਇੱਕ ਹੋਰ ਚਿੰਨ੍ਹ ਬਾਰੇ ਵਧੇਰੇ ਵਰਣਨ ਕੀਤਾ ਹੈ, ਜੋ ਸ਼੍ਰੀ ਕਲਪਵਟ ਦੀ ਮਹਿਮਾ ਅਤੇ ਸ਼੍ਰੀ ਕਲਪਵਟ ਦੇ ਪਤਨ, ਕਲਯੁਗ ਦੇ ਅੰਤ ਅਤੇ ਭਗਵਾਨ ਜਗਨਨਾਥ ਜੀ ਦੇ ਨੀਲੰਚਲ ਨੂੰ ਛੱਡ ਕੇ ਮਨੁੱਖੀ ਸਰੀਰ ਲੈਣ ਦਾ ਸਬੂਤ ਦਿੰਦੇ ਹਨ।

"ਸੇ ਬਟ ਮੁਲਰੇ ਅਰਜੁਨ ਜੇਹੁ ਬਸਿਬ ਦਂਡੇ,

ਮਿਤ੍ਰਯੂ ਸਮਯ ਨ ਪੜਿਬ ਯਮ ਰਾਜਰ ਦਂਡੇ।
ਸੇ ਬਟ ਮੋਹਰ ਬਿਗ੍ਰਹ ਜਂਹੁ ਹੇਲੇ ਆਘਾਤ,
ਮੋਤੇ ਬੜ ਬਾਧਾ ਲਾਗਈ ਸੁਣ ਮਘਬਾਸੂਤ
ਸੇ ਬਟ ਰੂ ਖੰਡੇ ਬਕਲ ਜੇਹੁ ਦੇਬ ਛੜਾਈ,
ਮੋਹਰ ਚਰਮ ਛਡਾਇਲਾ ਪਰਿ ਗਿਆਂਤ ਹੁਅਈ। "

ਵਿਆਖਿਆ (ਭਾਵ):- ਸ਼੍ਰੀ ਮੰਦਰ ਦੇ ਅੰਦਰ ਸਥਿਤ ਕਲਪਵਟ ਪਰਮਾਤਮਾ ਦੇ ਵਿਗ੍ਰਹ ਦੇ ਸਮਾਨ ਹੈ। ਕਲਪਵਟ ਦੀ ਤੁਲਨਾ ਪ੍ਰਮਾਤਮਾ ਦੇ ਸਰੀਰ ਨਾਲ ਕੀਤੀ ਗਈ ਹੈ। ਜੇਕਰ ਕਲਪਵਟ ਦਾ ਛੋਟਾ ਜਿਹਾ ਟੁਕੜਾ ਵੀ ਟੁੱਟ ਜਾਵੇ ਤਾਂ ਪਰਮਾਤਮਾ ਦੇ ਸਰੀਰ ਨੂੰ ਬਹੁਤ ਦੁੱਖ ਹੁੰਦਾ ਹੈ। ਇਸ ਲਈ ਅੱਜ ਇਹ ਵਿਚਾਰਨ ਵਾਲੀ ਗੱਲ ਹੈ ਕਿ ਕਲਪਵਟ ਦੀ ਸ਼ਾਖਾ ਵਾਰ-ਵਾਰ ਟੁੱਟ ਰਹੀ ਹੈ, ਇਸ ਦਾ ਅਰਥ ਹੈ ਕਿ ਮਹਾਂਪੁਰਖ ਦੀ ਰਚਨਾ ਅਨੁਸਾਰ ਜੇ ਕਲਪਵਤ

ਦੀ ਸ਼ਾਖਾ ਟੁੱਟ ਗਈ ਹੈ ਤਾਂ ਪਰਮਾਤਮਾ ਨੇ ਨਿਲਾਂਚਲ ਨੂੰ ਛੱਡ ਕੇ ਮਨੁੱਖ ਦਾ ਸਰੀਰ ਲੈ ਲਿਆ ਹੈ ਅਤੇ ਜਿਸ ਮਹਾਂਪੁਰਸ਼ ਅਚਯੁਤਾਨੰਦ ਨੇ ਇਸ ਵਿਸ਼ੇ ਵਿੱਚ ਵਰਣਨ ਕੀਤਾ ਹੈ:

"**ਕਲਪਬਟ ਘਾਤ ਹੇਬ** ਜੇਤੇਬੇਲੇ॥
ਨੀਲਾਚਲ ਛਾੜਿ ਜਿਬੇ ਮਦਨ ਗੋਪਾਲੇ ॥
ਕਲਪਬਟ ਸ਼ਾਖਾ ਛਿੜਿ ਪੜਿਬ ਸੇ **ਕਾਲੀ,**
ਨਾਨਾ ਅਕਰਮ ਮਾਨ ਹੇਬ ਕਸ਼ੇਤ੍ਰਬਰੇ।
ਰੂਦ੍ਰ ਠਾਰੂ ਉਨਵਿੰਸ਼ ਪਰਯੰਤ ਸੇਠਾਰੇ,
ਸਥਾਪਨਾ **ਹੋਈਬੇ ਮੋਰ ਸੇਵਾਦੀ ਭਬਾਰੇ ।**
ਬੜ ਦੇਉਲਰੇ ਮੁੰਹੀ **ਨਰਹਿਬੀ ਬੀਰ,**
ਬਾਹਾਰ **ਹੋਈਬੇ** ਦੇਖਿ ਨਰ ਅੱਤਿਆਚਾਰ। "

ਵਿਆਖਿਆ (ਭਾਵ):- **ਮਹਾਂਪੁਰਖ ਅਚਯੁਤਾਨੰਦ ਜੀ ਨੇ ਉਪਰੋਕਤ ਸਤਰਾਂ ਵਿੱਚ ਜ਼ਿਕਰ ਕੀਤਾ ਹੈ ਕਿ ਕਲਪਵਟ ਦੀ ਸ਼ਾਖਾ ਜਦੋਂ ਟੁੱਟ ਜਾਵੇਗੀ ਤਾਂ ਮੇਰੇ ਇਲਾਕੇ ਵਿੱਚ ਬੇ-ਇਨਸਾਫ਼ੀ, ਅਨੈਤਿਕਤਾ, ਅਨੁਸ਼ਾਸਨਹੀਣਤਾ ਅਤੇ ਅਰਾਜਕਤਾ ਫੈਲ ਜਾਵੇਗੀ। ਜਦੋਂ ਭਗਵਾਨ ਕਲਕਿ ਦੀ ਉਮਰ 11 ਤੋਂ 19 ਸਾਲ ਦੇ ਵਿਚਕਾਰ ਹੋਵੇਗੀ, ਤਾਂ ਸਰਕਾਰ ਸ਼੍ਰੀ ਮੰਦਰ ਦੀ ਜ਼ਿੰਮੇਵਾਰੀ ਸੰਭਾਲਣ ਲਈ ਨਵੇਂ ਨੌਕਰਾਂ ਦੀ ਨਿਯੁਕਤੀ ਕਰੇਗੀ। ਇਸ ਸਮੇਂ ਭਗਵਾਨ ਜਗਨਨਾਥ ਨੇ ਇਨਸਾਨਾਂ ਦੇ ਜ਼ੁਲਮਾਂ ਨੂੰ ਦੇਖਿਆ ਅਤੇ ਮੰਦਰ ਛੱਡ ਕੇ ਮਨੁੱਖੀ ਸਰੀਰ ਨੂੰ ਸਵੀਕਾਰ ਕੀਤਾ।** ਮਲਿਕਾ ਦੀ ਵਾਣੀ **ਅੱਜ ਸੱਚ ਹੋ ਗਈ ਹੈ। ਇੱਕ ਵਾਰ ਫਿਰ ਮਹਾਤਮਾ ਅਚਯੁਤਾਨੰਦ ਜੀ ਨੇ ਇਸ ਸਥਿਤੀ ਦਾ ਵਰਣਨ ਕੀਤਾ ਹੈ ਕਿ:-**

"ਬੜ ਦੇਉਲੁ ਮੋਹਰ ਪਥਰ ਖਸਿਬ,
ਗ੍ਰਧ੍ਰ ਪਕਸ਼ੀ ਨੀਲ ਚਕਰ ਉਪਰੇ ਬਸਿਬ।
ਦਿਨੇ ਦਿਨੇ ਚਲੁਰੇ ਮੁ ਨ ਹੋਏਬਿ ਦ੍ਰਿਸ਼ਯ,

ਭੋਗ ਸਬੁ ਪੋਤਾ ਹੇਬ ਜਨ ਪਾਂਡੁ ਸ਼ਿਸ਼ਯ॥
ਸਮੁੰਦਰ ਜੁਆਰ ਮਾੜਿ ਅਸੀਬ ਨਿਕਟੇ,
ਰਕਸ਼ਯਾ ਨਕਰਿਬੇ ਕੇਹਿ ਪ੍ਰਾਣੀਂਕੁ ਸੰਕਟੇ। "

ਮਹਾਂਪੁਰਖ ਨੇ ਫਿਰ ਵਰਣਨ ਕੀਤਾ ਕਿ ਜਦੋਂ ਗਿੱਧ ਪੰਛੀ ਨੀਲਚੱਕਰ 'ਤੇ ਬੈਠਦੇ ਹਨ, ਤਾਂ ਸ਼੍ਰੀ ਜਗਨਨਾਥ ਦੇ ਸ਼੍ਰੀ ਮੰਦਰ ਵਿੱਚ ਪੱਥਰ ਵਾਰ-ਵਾਰ ਡਿੱਗਦੇ ਹਨ। ਉਸ ਸਮੇਂ ਮਹਾਪ੍ਰਭੂ ਜਗਨਨਾਥ ਜੀ ਮਹਾਪ੍ਰਸਾਦ ਦੀ ਭੇਟ ਵਿੱਚ ਦਰਸ਼ਨ ਨਹੀਂ ਦੇਣਗੇ। ਜੇਕਰ ਵਾਰ-ਵਾਰ ਅਜਿਹਾ ਹੁੰਦਾ ਹੈ ਤਾਂ ਮਹਾਂਪ੍ਰਸਾਦ ਨੂੰ ਕਈ ਵਾਰ ਮਿੱਟੀ ਹੇਠ ਦੱਬਿਆ ਜਾਵੇਗਾ। ਇਸ ਤੋਂ ਇਸ ਗੱਲ ਦਾ ਸਬੂਤ ਮਿਲਦਾ ਹੈ ਕਿ ਸ਼੍ਰੀ ਜਗਨਨਾਥ ਜੀ ਦੇ ਮੰਦਰ ਦੀ ਪਰੰਪਰਾ ਅਨੁਸਾਰ ਜਦੋਂ ਭਗਵਾਨ ਜਗਨਨਾਥ ਨੂੰ ਮਹਾਪ੍ਰਸਾਦ ਚੜ੍ਹਾਇਆ ਜਾਂਦਾ ਹੈ ਤਾਂ ਮਹਾਪ੍ਰਭੂ ਜਗਨਨਾਥ ਜੀ ਮਹਾਪ੍ਰਸਾਦ ਚੜ੍ਹਾਉਣ ਵਾਲੇ ਮੁੱਖ ਪੁਜਾਰੀ ਨੂੰ ਦਰਸ਼ਨ ਦਿੰਦੇ ਹਨ। ਪਰ ਮਹਾਂਪੁਰਖ ਅਚਯੁਤਾਨੰਦ ਜੀ ਦੇ ਬਚਨਾਂ ਅਨੁਸਾਰ ਜਦੋਂ ਗਿੱਧ ਪੰਛੀ ਜਾਂ ਉਕਾਬ ਪੰਛੀ ਨੀਲਚੱਕਰ ਤੇ ਬੈਠਦਾ ਹੈ ਤਾਂ ਉਸ ਸਮੇਂ ਭਗਵਾਨ ਦੇ ਸ਼੍ਰੀ ਮੰਦਰ ਤੋਂ ਪੱਥਰ ਡਿੱਗੇਗਾ ਅਤੇ ਸ਼੍ਰੀ ਜਗਨਨਾਥ ਮਹਾਪ੍ਰਭੂ ਦੇ ਮਹਾਪ੍ਰਸਾਦ ਅਰਪਨ ਵਿਧੀ ਦੇ ਸਮੇਂ ਮੁੱਖ ਪੁਜਾਰੀ ਨੂੰ ਦਰਸ਼ਨ ਨਹੀਂ ਦੇਣਗੇ। ਅਤੇ ਇਸ ਸਮੇਂ ਮਹਾਪ੍ਰਭੂ ਦਾ ਮਹਾਪ੍ਰਸਾਦ ਮਿੱਟੀ ਵਿੱਚ ਦਫਨਾਇਆ ਜਾਵੇਗਾ। ਮਹਾਂਪੁਰਖ ਅਚਯੁਤਾਨੰਦ ਜੀ ਨੇ ਇਸ ਦਾ ਜ਼ਿਕਰ ਇੱਕ ਚੇਤਾਵਨੀ ਵਜੋਂ ਕੀਤਾ ਕਿ ਇਸ ਸਮੇਂ, ਸਮੁੰਦਰ ਵਿੱਚ ਅਕਸਰ ਤੂਫਾਨ ਆਉਣਗੇ ਅਤੇ ਸਮੁੰਦਰ ਦਾ ਪੱਧਰ ਬਹੁਤ ਉੱਚਾ ਹੋ ਜਾਵੇਗਾ ਅਤੇ ਧਰਤੀ ਵਿੱਚ ਹੜ੍ਹ ਆ ਜਾਵੇਗਾ। ਜੋ ਅੱਜ ਧਰਤੀ 'ਤੇ ਸਾਫ ਦਿਖਾਈ ਦੇ ਰਿਹਾ ਹੈ। ਇਹ ਸੰਕੇਤ ਜਗਨਨਾਥ ਖੇਤਰ 'ਚ ਵਾਰ-ਵਾਰ ਮਿਲ ਰਿਹਾ ਹੈ ਤੇ ਉਸ ਤੋਂ ਬਾਅਦ ਵੱਡੇ ਸੰਕਟ ਆਉਣ ਵਾਲੇ ਹਨ।

ਇਸ ਲਈ ਉਨ੍ਹਾਂਨੇ **ਮਹਾਂਪੁਰਖ** ਹੋਣ ਦੇ ਨਾਤੇ ਲੋਕਾਂ ਨੂੰ ਪਰਿਵਰਤਨ ਹੋਣ ਲਈ ਪ੍ਰੇਰਿਤ **ਕੀਤੀ ਹੈ।** ਉਸ ਮਹਾਂਪੁਰਖ ਨੇ ਇਸ ਪ੍ਰਸੰਗ ਵਿੱਚ ਫਿਰ ਵਰਣਨ ਕੀਤਾ ਹੈ:-

"ਸ਼੍ਰੀ ਧਾਮਰੂ ਇੱਕ ਬਹੁਤ ਬੜ ਪਾਸ਼ਾਣ ਖਸਿਬ,
ਦਿਬਸਰੇ ਉਲਲੂਕ ਤਾਰ ਓਪਰ ਬਸਿਬ।
ਮੋ ਭੁਬਨੇ ਉਲਕਾਪਾਤ **ਹੇਬ** ਘਨ ਘਨ,
ਜੇਉ ਸਬੁ ਅਟੇ ਬਾਬੂ ਅਮੰਗਲ **ਚਿੰਨ੍ਹ ॥ "**

ਭਗਵਾਨ ਸ਼੍ਰੀ ਜਗਨਨਾਥ ਜੀ ਦੇ ਮੁੱਖ ਮੰਦਰ ਤੋਂ ਇੱਕ ਬਹੁਤ ਵੱਡਾ ਪੱਥਰ ਡਿੱਗੇਗਾ ਅਤੇ ਦਿਨ ਦੇ ਸਮੇਂ ਇੱਕ ਉੱਲੂ ਪੱਥਰ 'ਤੇ ਬੈਠ ਜਾਵੇਗਾ ਅਤੇ ਇਹ ਦੋਵੇਂ ਨਿਸ਼ਾਨੀਆਂ ਮੰਦਰ ਵਿੱਚ ਵਾਪਰੀਆਂ ਹਨ ਅਤੇ ਸ਼੍ਰੀ ਜਗਨਨਾਥ ਖੇਤਰ ਵਿੱਚ, ਭਵਿਖ ਵਿੱਚ ਬਾਰ-ਬਾਰ ਉਲਕਾਪਿੰਡ ਗਿਰੇਗਾ **, ਸਾਨੂੰ ਇਸ ਦਾ ਸਬੂਤ** ਮਹਾਪੁਰਖ **ਦੁਆਰਾ ਰਚਿਤ ਕਈ ਗ੍ਰੰਥਾਂ ਤੋਂ ਮਿਲਦਾ ਹੈ।**

ਅਧਿਆਇ - 11

ਵਿਸ਼ਾ:- ਪੁਰਾਣ ਅਤੇ ਭਵਿਸ਼ਯ ਮਲਿਕਾ ਵਿੱਚ ਭਗਵਾਨ ਕਲਕੀ ਦੇ ਅਵਤਾਰ ਨਾਲ ਸਬੰਧਤ ਵੱਖ-ਵੱਖ ਗ੍ਰੰਥਾਂ ਦਾ ਵਰਣਨ

ਭਾਵਿਸ਼ਯ ਮਲਿਕਾ ਅਤੇ ਸ਼ਾਸਤਰਾਂ ਦੇ ਅਨੁਸਾਰ, ਭਗਵਾਨ ਵਿਸ਼ਨੂੰ ਦੇ ਦਸਵੇਂ ਅਵਤਾਰ, " ਕਲਕਿ ਅਵਤਾਰ", ਸੰਭਲ ਪਿੰਡ ਵਿੱਚ ਅਵਤਾਰ ਲੈਣਗੇ। ਇਸ ਤੱਥ ਦਾ ਜ਼ਿਕਰ ਸ਼੍ਰੀਮਦ ਭਾਗਵਤ, ਸ਼੍ਰੀਮਦ ਮਹਾਭਾਰਤ , ਕਲਕਿ ਪੁਰਾਣ ਅਤੇ ਪੰਚਸਖਾ ਕ੍ਰਿਤ ਭਵਿਸ਼ਯ ਮਲਿਕਾ ਵਿੱਚ ਮਿਲਦਾ ਹੈ। ਇੱਥੇ ਸਭ ਤੋਂ ਵੱਡਾ ਸਵਾਲ ਇਹ ਹੈ ਕਿ ਉਹ "ਸੰਭਲ ਗ੍ਰਾਮ" ਕਿੱਥੇ ਹੈ? ਸ਼ਾਸਤਰਾਂ ਦੇ ਅਨੁਸਾਰ, ਇਹ ਸਪੱਸ਼ਟ ਹੈ ਕਿ ਸੰਭਲ ਪਿੰਡ ਵਿੱਚ ਹੀ ਭਗਵਾਨ ਕਲਕਿ ਅਵਤਾਰ ਲੈਣਗ। ਅੱਜ, ਭਾਰਤ ਦੇ ਵੱਖ-ਵੱਖ ਹਿੱਸਿਆਂ ਵਿੱਚ ਬਹੁਤ ਸਾਰੇ ਲੋਕ ਆਪਣੇ ਆਪ ਨੂੰ ਕਲਕਿ ਕਹਿ ਰਹੇ ਹਨ ਅਤੇ ਆਪਣੇ ਜਨਮ ਸਥਾਨ ਨੂੰ ਸੰਭਲ ਪਿੰਡ ਮੰਨ ਰਹੇ ਹਨ। ਪਰ ਭਾਰਤ ਵਿੱਚ, ਸਿਰਫ ਦੋ ਸੰਭਲ ਪਿੰਡਾਂ ਦਾ ਜ਼ਿਕਰ ਕੀਤਾ ਗਿਆ ਹੈ, ਜਿਨ੍ਹਾਂ ਦਾ ਵਰਣਨ ਸ਼੍ਰੀਮਦ ਭਾਗਵਤ, ਮਹਾਂਭਾਰਤ ਦੇ "ਵਣਪਰਵ" ਅਤੇ ਪੰਚਸਖਾ ਦੇ ਭਵਿਸ਼ਯ ਮਲਿਕਾ ਵਿੱਚ ਕੀਤਾ ਗਿਆ ਹੈ। ਭਗਵਾਨ ਸ਼੍ਰੀ ਵੇਦ ਵਿਆਸ ਜੀ ਨੇ ਸ਼੍ਰੀਮਦ ਭਾਗਵਤ ਪੁਰਾਣ ਵਿਚ ਜ਼ਿਕਰ ਕੀਤਾ ਹੈ ਕਿ ਭਗਵਾਨ ਕਲਕਿ ਸੰਭਲ ਪਿੰਡ ਵਿਚ ਜਨਮ ਲੈਣਗੇ ਅਤੇ ਮਲੇਛਾਂ ਦਾ ਨਾਸ਼ ਕਰਨਗੇ। ਇਸ ਦਾ ਵਰਣਨ ਅਗਲੇ ਸਲੋਕ ਵਿੱਚ ਕੀਤਾ ਗਿਆ ਹੈ:-

"ਸੰਬਲ ਗ੍ਰਾਮ ਮੁਖਯਸਯ ਬ੍ਰਾਹਮਨਯਸਯ ਮਹਾਤਮਨ।
ਭਬਨੇ ਵਿਸ਼ਨੁ ਜਸ਼ਸਯ ਕਲਕਿ ਪ੍ਰਾਦੁਰਭਾਬਿਸ਼ਯਤੀ ॥

ਉਪਰੋਕਤ ਸਲੋਕ ਦਾ ਅਰਥ ਇਹ ਹੈ ਕਿ ਭਗਵਾਨ ਕਲਕਿ ਦਾ ਜਨਮ ਸੰਭਲ ਪਿੰਡ ਦੇ ਮੁੱਖ ਬ੍ਰਾਹਮਣ ਦੇ ਘਰ ਹੋਵੇਗਾ, ਜਿੱਥੇ ਭਗਵਾਨ ਵਿਸ਼ਨੂੰ ਨੂੰ ਨਿਯਮਿਤ ਤੌਰ 'ਤੇ ਗਾਇਆ ਜਾ ਰਿਹਾ ਹੋਵੇਗਾ । ਬਾਅਦ ਵਿੱਚ, ਜਦੋਂ ਭਗਵਾਨ ਵੇਦ ਵਿਆਸ ਨੇ ਦਵਪਾਰ ਯੁਗ ਦੇ ਅੰਤ

ਵਿੱਚ ਮਹਾਭਾਰਤ ਦੀ ਰਚਨਾ ਕੀਤੀ, ਤਾਂ ਮਹਾਂਭਾਰਤ ਦੇ "ਵਣਪਰਵ" ਵਿੱਚ, ਭਗਵਾਨ ਕਲਕਿ ਨੂੰ "ਸੰਭੂਤ ਸੰਭਲ" ਦੇ ਪਿੰਡ ਵਿੱਚ ਪੈਦਾ ਹੋਣ ਦਾ ਵਰਣਨ ਕੀਤਾ ਗਿਆ ਸੀ। ਇਥੋਂ ਇਸ ਗੱਲ ਦੇ ਸਪੱਸ਼ਟ ਸਬੂਤ ਮਿਲਦੇ ਹਨ ਕਿ ਪਹਿਲਾਂ ਸੰਭਲ ਪਿੰਡ ਅਤੇ ਫਿਰ "ਸੰਭੂਤ ਸੰਭਲ" ਪਿੰਡ ਦਾ ਜ਼ਿਕਰ ਕੀਤਾ ਗਿਆ ਹੈ।

" ਕਲਕਿ ਵਿਸ਼ਣੁ ਜਸ਼ਾਨਾਮ ਦ੍ਵਿਜ ਕਾਲ ਪ੍ਰਚੋਦਿਤਾ ।
ਅੁਪਤਸਣਤੇ ਮਹਾਬਿਰਜੇਯਾ ਮਹਾਬੁਦ੍ਧਿ ਪਰਾਕ੍ਰਮ।
ਸੰਭੂਤ ਸੰਭਲ ਗ੍ਰਾਮੇ ਬ੍ਰਾਹਮਣ ਬਸਤਿ ਸੁਭੇ || "

(ਸ਼੍ਰੀ ਵਿਆਸਦੇਵ ਰਚਿਤ ਸੰਸਕ੍ਰਿਤ ਮਹਾਭਾਰਤ ਦੇ "ਵਣਪਰਵ" ਤੋਂ ਲਿਆ ਗਿਆ ਹੈ)

ਉਪਰੋਕਤ ਸਲੋਕ ਵਿੱਚ ਭਗਵਾਨ ਵੇਦ ਵਿਆਸ ਜੀ ਨੇ ਭਗਵਾਨ ਕਲਕਿ ਅਵਤਾਰ ਦੇ ਜਨਮ ਸਥਾਨ ਦਾ ਜ਼ਿਕਰ ਕੀਤਾ ਹੈ ਕਿ ਜਿਸ ਥਾਂ 'ਤੇ ਸ਼ੁੱਧ ਵੈਸ਼ਨਵ ਬ੍ਰਾਹਮਣਾਂ ਦਾ ਨਗਰ ਵਸਿਆ ਸੀ, ਉਸ ਨੂੰ ਸੰਭਲ ਗ੍ਰਾਮ ਜਾਂ ਸੰਭੂਤ ਸੰਭਾਲ ਕਿਹਾ ਜਾਵੇਗਾ । ਸੰਭਲ ਭਾਰਤ ਦੇ ਉੱਤਰ ਪ੍ਰਦੇਸ਼ ਰਾਜ ਦੇ ਮੁਰਾਦਾਬਾਦ ਜ਼ਿਲ੍ਹੇ ਦਾ ਇੱਕ ਪਿੰਡ ਹੈ। ਇਸ ਦੇ ਨਾਲ ਹੀ ਓਡੀਸ਼ਾ ਸੂਬੇ ਦੇ ਜਾਜਪੁਰ ਜ਼ਿਲੇ ਚ ਜਿਥੇ ਖੁਦ ਮਾਂ ਬਿਰਜਾ ਦੇਵੀ ਖੁਦ ਵਿਰਾਜਮਾਨ ਹੈ ਅਤੇ ਮਾਂ ਬਿਰਜਾ ਦੇਵੀ ਦੇ ਪੂਰਬੀ ਹਿੱਸੇ ਚ ਸਥਿਤ ਬ੍ਰਾਹਮਣ ਪਿੰਡ ਨੂੰ ਪੰਚਸਖਾਂ ਨੇ ਇਸ ਨੂੰ ਸੰਭਲ ਪਿੰਡ ਦੱਸਿਆ ਹੈ। ਭਗਵਾਨ ਵੇਦ ਵਿਆਸ ਨੇ ਮਹਾਭਾਰਤ ਦੇ 'ਵਣਪਰਵ' ਵਿੱਚ ਵਰਣਨ ਕੀਤਾ ਹੈ: "ਜਿੱਥੇ ਯੱਗ ਕਰਨ ਦੇ ਉਦੇਸ਼ ਨਾਲ ਬ੍ਰਾਹਮਣਾਂ ਦਾ ਪਿੰਡ ਸਥਾਪਤ ਕੀਤਾ ਗਿਆ ਸੀ, ਉਸੇ ਪਿੰਡ ਦੇ ਮੁੱਖ ਬ੍ਰਾਹਮਣ ਦੇ ਘਰ, ਜੋ ਭਗਵਾਨ ਵਿਸ਼ਨੂੰ ਦੇ ਗੁਣ ਗਾਉਂਦਾ ਹੋਣਗੇ ਸੀ, ਭਗਵਾਨ ਕਲਕਿ ਦਾ ਜਨਮ ਉੱਥੇ ਹੋਵੇਗਾ "।

ਉੜੀਸਾ ਦੇ ਇਤਿਹਾਸ ਅਨੁਸਾਰ, ਸੋਮ ਵੰਸ਼ੀ ਪਰਿਵਾਰ ਦੇ ਰਾਜਾ 'ਜਜਾਤੀ ਕੇਸ਼ਰੀ' ਨੇ ਉੱਤਰ ਪ੍ਰਦੇਸ਼ ਦੇ ਕੰਨੌਜ ਜ਼ਿਲ੍ਹੇ ਤੋਂ ਦਸ ਹਜ਼ਾਰ ਬ੍ਰਾਹਮਣ ਲਿਆ ਕੇ ਮਾਂ ਬਿਰਜਾ ਖੇਤਰ ਦੇ ਪੂਰਬੀ ਹਿੱਸੇ ਵਿੱਚ ਵਸਾ ਦਿੱਤੇ ਅਤੇ ਉਨ੍ਹਾਂ ਹੀ ਉੱਚ ਕੋਟੀ ਦੇ ਬ੍ਰਾਹਮਣਾਂ ਦੁਆਰਾ ਦਸ਼ਾਸਵਮੇਧ ਯੱਗ

ਕੀਤਾ। ਇਸ ਤੋਂ ਸਾਨੂੰ ਸਪਸ਼ਟ ਸਬੂਤ ਮਿਲਦਾ ਹੈ ਕਿ ਭਗਵਾਨ ਕਲਕਿ ਦਾ ਜਨਮ ਨਵੇਂ ਸੰਭਲ ਜਾਂ ਸੰਭੂਤ ਸੰਭਲ ਵਿੱਚ ਹੋਵੇਗਾ ਨਾ ਕਿ ਪੁਰਾਣੇ ਸੰਭਲ ਪਿੰਡ ਵਿੱਚ।

ਇਸ ਦਾ ਪ੍ਰਤੱਖ ਪ੍ਰਮਾਣ ਭਵਿਸ਼ਯ ਮਲਿਕਾ ਗ੍ਰੰਥ ਦੇ ਪੰਚਸਖਾਂ ਤੋਂ ਮਿਲਦਾ ਹੈ, ਜਿਸ ਦਾ ਵਰਣਨ ਮਹਾਂਪੁਰਖ ਅਚਯੁਤਾਨੰਦ ਦੀ ਲਿਖੀ ਪੁਸਤਕ "ਬਿਰਜ ਮਹਾਤਮਯ" ਦੇ ਦੂਜੇ ਸਟੈਂਡ ਵਿੱਚ ਕੀਤਾ ਗਿਆ ਹੈ। ਸ਼੍ਰੀ ਵਿਆਸਦੇਵ ਦੇ ਭਾਸ਼ਣ ਦੇ ਸਮਰਥਨ ਵਿੱਚ , ਇਹ ਸਾਬਤ ਕੀਤਾ ਗਿਆ ਹੈ ਕਿ ਉੜੀਸਾ ਦੇ ਜਾਜਪੁਰ ਪਿੰਡ ਵਿੱਚ ਮਾਂ ਬਿਰਜਾ ਦੇਵੀ ਦੇ ਮੰਦਰ ਦੇ ਪੂਰਬੀ ਹਿੱਸੇ ਵਿੱਚ ਸਥਾਪਿਤ ਬ੍ਰਾਹਮਣਾਂ ਦਾ ਸ਼ਹਿਰ "ਸੰਭਲ ਗ੍ਰਾਮ", ਹੈ। ਉਕਤ ਲਾਈਨ ਹੇਠਾਂ ਦਿੱਤੀ ਗਈ ਹੈ:-

"ਸੁਨ ਬਾਰ ਸੁਤ, ਨਿਹਾਰ ਬਚਨਾ ਏ, ਅਟੇ ਅਚਯੁਤ ਠਾਰ,
ਨਾਭਿ ਗਯਾ ਤੀਰਥ , ਹਰਿਹਰ ਕਸ਼ੇਤਰ,ਗ੍ਰਾਮ ਟੀ ਸੰਭਲ ਪੁਰ"।

ਭਗਵਾਨ ਸ਼੍ਰੀ ਜਗਨਨਾਥ ਜੀ ਦੀਆਂ ਇੱਛਾਵਾਂ ਨਾਲ ਮਹਾਂਪੁਰਖ ਅਚਯੁਤਾਨੰਦ ਜੀ ਦੀ ਮਹਾਨ ਪੁਸਤਕ "ਭਵਿਸ਼ਯ ਮਲਿਕਾ" ਦਾ ਪ੍ਰਕਾਸ਼ਨ ਅਤੇ ਪ੍ਰਚਾਰ ਸਾਰੇ ਭਗਤਾਂ ਦੀ ਭਲਾਈ ਲਈ ਕੀਤਾ ਜਾ ਰਿਹਾ ਹੈ ।

ਅਸੀਂ " ਭਵਿਸ਼ਯ ਮਲਿਕਾ " ਦਾ ਦੂਜਾ ਸੰਸਕਰਣ ਪ੍ਰਕਾਸ਼ਤ ਕਰਨ ਦੀ ਕੋਸ਼ਿਸ਼ ਕਰ ਰਹੇ ਹਾਂ। ਪੁਸਤਕ ਦੇ ਦੂਜੇ ਸੰਸਕਰਣ ਵਿੱਚ ਹੇਠ ਲਿਖੇ ਵਿਸ਼ਿਆਂ ਬਾਰੇ ਵਿਸਤਾਰ ਨਾਲ ਦੱਸਿਆ ਜਾਵੇਗਾ:

1. ਸੰਭਲ ਪਿੰਡ ਦਾ ਵਿਸਤ੍ਰਿਤ ਵੇਰਵਾ।
2. ਭਗਵਾਨ ਸ਼੍ਰੀ ਕਲਕਿ ਜੀ ਦੇ ਜਨਮ ਸਥਾਨ ਦੀ ਨੁਮਾਇੰਦਗੀ।
3. ਭਵਿੱਖ ਵਿੱਚ ਵਿਸ਼ਵਯੁੱਧ ਦੇ ਬਾਰੇ ਵਰਣਨ।
4. ਭਗਤ ਲੋਕਾਂ ਲਈ ਸੋਲਾਂ ਮੰਡਲ ਗਠਨ ਬਾਰੇ ਵਰਣਨ।
5. ਧਰਤੀ ਉੱਤੇ 16 ਮੰਡਲ ਕਿੱਥੇ-ਕਿੱਥੇ ਬਣਨਗੇ ? ਇਸ ਦਾ ਵਿਸਤ੍ਰਿਤ ਵੇਰਵਾ ।

6. ਭਗਤ ਅਤੇ ਪ੍ਰਮਾਤਮਾ ਦੀ ਮੁਲਾਕਾਤ ਕਦੋਂ ਅਤੇ ਕਿੱਥੇ ਹੋਵੇਗੀ, ਇਸ ਦਾ ਵਿਸਥਾਰਪੂਰਵਕ ਵਰਣਨ।
7. ਧਰਮਸਥਾਪਨਾ ਬਾਰੇ ਵਰਣਨ |
8. ਸ੍ਰੀ ਮਹਾਪ੍ਰਭੂ ਜਗਨਨਾਥ ਜੀ ਦੀ ਛਤਿਆ ਕਸ਼ੇਤ੍ਰ (ਓਡੀਸ਼ਾ) ਦੇ ਦੌਰੇ ਦਾ ਵਿਸਤ੍ਰਿਤ ਵਰਣਨ|

ਅੱਜ ਤੋਂ 600 ਸਾਲ ਪਹਿਲਾਂ ਭਗਵਾਨ ਜਗਨਨਾਥ ਜੀ ਦੀ ਪਵਿੱਤਰ ਧਰਤੀ ਉਤਕਲ ਪ੍ਰਾਂਤ (ਓਡੀਸ਼ਾ) ਵਿਚ ਦਵਾਪਰ ਯੁਗ ਦੇ ਭਗਵਾਨ ਦੇ ਸਦੀਵੀ ਪੰਚ ਸਖਾ ਸ਼੍ਰੀ ਅਚਯੁਤਾਨੰਦ ਦਾਸ, ਮਹਾਪੁਰਖ ਸ਼੍ਰੀ ਜਗਨਨਾਥ ਦਾਸ, ਮਹਾਪੁਰਖ ਸ਼੍ਰੀ ਯਸ਼ਵੰਤ ਦਾਸ, ਮਹਾਪੁਰਖ ਸ਼੍ਰੀ ਬਲਰਾਮ ਦਾਸ ਅਤੇ ਮਹਾਪੁਰਖ ਸ਼੍ਰੀ ਸ਼ਿਸ਼ੂ ਅਨੰਤ ਦਾਸ ਜੀ ਨੇ ਧਰਾਅਵਤਰਨ ਕਰਕੇ ਸ਼੍ਰੀ ਜਗਨਨਾਥ ਜੀ ਦੇ ਨਿਰਦੇਸ਼ਾਂ ਅਨੁਸਾਰ ਬਹੁਤ ਹੀ ਪਵਿੱਤਰ ਗੁਪਤ ਗ੍ਰੰਥ ਭਵਿਸ਼ਯ ਮਲਿਕਾ ਪੁਰਾਣ ਭਗਤਾਂ ਦੀ ਮੁਕਤੀ ਲਈ ਰਚਨਾ ਕੀਤੀ।

ਇਸ ਗ੍ਰੰਥ ਵਿੱਚ, ਉਨ੍ਹਾਂ ਨੇ ਸੰਪੂਰਨ ਰੂਪ ਵਿੱਚ ਭਗਵਾਨ ਸ਼੍ਰੀ **ਕਲਕਿ** ਦੇਵ ਜੀ ਦੇ ਧਰਾਅਵਤਰਨ , ਜਨਮ ਸਥਾਨ, ਸਮੇਂ ਦੀ ਨੁਮਾਇੰਦਗੀ, ਭਗ਼ਤਾਂ ਅਤੇ ਪ੍ਰਮਾਤਮਾ ਦਾ ਮੇਲ, ਭਗਵਾਨ ਸ਼੍ਰੀ **ਕਲਕਿ** ਦੇਵ ਦੀ ਲੀਲਾ, ਬਿਮਾਰੀ (ਰੋਗ) ਮਹਾਂਮਾਰੀ, ਤੀਜੇ ਵਿਸ਼ਵ ਯੁੱਧ, ਭੁਚਾਲ, ਹੜ੍ਹ, ਅੱਗ ਦੀ ਤਬਾਹੀ, ਹਵਾ ਦੀ ਤਬਾਹੀ, ਪੁਲਾੜ ਤਬਾਹੀ, ਧਰਮ ਦੀ ਸਥਾਪਨਾ, ਗਲੋਬਲ ਵਾਰਮਿੰਗ ਅਤੇ ਭਗਤਾਂ ਦੀ ਮੁਕਤੀ ਦਾ ਵਰਣਨ ਅਕਸ਼ੈ ਗ੍ਰੰਥ ਭਵਿਸ਼ਯ ਮਲਿਕਾ ਪੁਰਾਣ ਵਿੱਚ ਸੰਪੂਰਨ ਵਰਣਨ ਕੀਤਾ ਗਿਆ ਹੈ।

ਮਹਾਵਿਸ਼ਨੂ ਸਾਰੇ ਸੰਸਾਰ ਦਾ ਗੁਰੂ ਹੈ।

ਮੁੱਢਲੇ ਸਤਯੁਗ ਤੋਂ ਸਪਤਦਵੀਪ ਮਹੀ ਸੰਸਾਰ ਵਿੱਚ ਸਨਾਤਨ ਧਰਮ ਪਰਤਿਸ਼ਥਿਤ ਸੀ।

ਸਮੇਂ ਦੇ ਨਾਲ-ਨਾਲ ਤ੍ਰੇਤਾ, ਦਵਾਪਦਾ ਅਤੇ ਕਲਯੁਗ ਵਿੱਚ ਧਰਮ ਦਾ ਵਿਖੰਡਨ ਹੋ ਗਿਆ ਅਤੇ ਵਿਧਰਮੀਆਂ ਨੇ ਬਹੁਤ ਸਾਰੇ ਨਿਜ ਧਰਮ ਨਿਜ ਪੰਥਾਂ ਦਾ ਪ੍ਰਚਾਰ ਕੀਤਾ, ਜਿਸ ਨਾਲ ਧਰਮ ਦਾ ਪ੍ਰਭਾਵ ਬਹੁਤ ਘਟ ਗਿਆ। ਜਦੋਂ ਸਾਰੇ ਸੰਸਾਰ ਵਿੱਚ ਕੇਵਲ ਸਨਾਤਨ

ਧਰਮ ਹੀ ਹੁੰਦਾ ਹੈ ਤਾਂ ਫਿਰ ਸਾਰੇ ਸੰਸਾਰ ਵਿੱਚ ਖੁਸ਼ੀਆਂ ਪੈਦਾ ਹੋ ਜਾਂਦੀਆਂ ਹਨ। ਫਿਰ ਸੰਸਾਰ ਵਿਚੋਂ ਰੋਗ, ਡਰ, ਦੁੱਖ, ਗਰੀਬੀ ਆਦਿ ਦੂਰ ਹੋ ਜਾਂਦੇ ਹਨ।

ਅੱਜ ਅਸੀਂ ਇਸ ਘੜੀ ਵਿੱਚ ਵਾਪਸ ਆ ਗਏ ਹਾਂ, ਅਗਲੀ ਸਮੇਂ ਦੁਨੀਆ ਦੇ ਸਾਰੇ ਧਰਮਾਂ ਦਾ ਮਿਲਨ ਹੋਵੇਗਾ ਅਤੇ ਇੱਕ ਧਰਮ ਸਨਾਤਨ ਧਰਮ ਹੋਵੇਗਾ। ਸਾਰੀ ਦੁਨੀਆ ਵਿਚ ਧਰਮ ਨੂੰ ਛੱਡ ਕੇ ਮਨੁੱਖੀ ਸੱਭਿਅਤਾ ਦੀ ਰੱਖਿਆ ਕਰਨ ਦਾ ਕੋਈ ਬਦਲ ਨਹੀਂ ਹੋਵੇਗਾ।

ਕਲਯੁਗ ਦੇ ਅੰਤ ਵਿੱਚ ਭਗਤਾਂ ਦੀ ਸਲਾਮਤੀ ਲਈ ਇੱਕੋ ਇੱਕ ਅਕਸ਼ੈ ਗ੍ਰੰਥ ਭਾਵਿਸ਼ਯ ਮਲਿਕਾ ਪੁਰਾਣ ਹੀ ਮੌਤ ਸੰਜੀਵਨੀ ਹੈ। ਆਉਣ ਵਾਲੀ ਮਹਾਨ ਤਬਾਹੀ ਤੋਂ ਸੁਰੱਖਿਆ ਪ੍ਰਾਪਤ ਕਰਨ ਲਈ ਇਕੋ ਇਕ ਦਵਾਈ ਭਵਿਸ਼ਯ ਮਲਿਕਾ ਪੁਰਾਣ ਦੀ ਧਾਰਾ ਦਾ ਅਨੁਸਰਨ ਪਾਲਣਾ ਕਰਨ ਅਤੇ ਪਾਲਣਾ ਕਰਨ ਤੋਂ ਇਲਾਵਾ ਕੁਝ ਵੀ ਨਹੀਂ ਹੈ।

ਇਸ ਬਹੁਤ ਹੀ ਪਵਿੱਤਰ ਧਾਰਮਿਕ ਪੁਸਤਕ ਵਿੱਚ, ਸਾਰੀਆਂ ਵਿਪ੍ਰੀਤ ਸਥਿਤੀਆਂ ਅਤੇ ਉਨ੍ਹਾਂ ਤੋਂ ਸੁਰੱਖਿਆ ਬਾਰੇ ਇੱਕ ਵਿਸਤ੍ਰਿਤ ਵੇਰਵਾ ਖੁਦ ਭਗਵਾਨ ਸ਼੍ਰੀ ਜਗਨਨਾਥ ਦੇ ਨਿਰਦੇਸ਼ਾਂ ਦੁਆਰਾ ਦਿੱਤਾ ਗਿਆ ਹੈ। ਪੂਰੇ ਸੰਸਾਰ ਵਿੱਚ, ਭਵਿਸ਼ਯ ਮਲਿਕਾ ਪੁਰਾਣ ਤੋਂ ਇਲਾਵਾ ਸੁਰੱਖਿਆ ਦਾ ਕੋਈ ਹੋਰ ਵਿਕਲਪ ਨਹੀਂ ਹੈ। ਜੋ ਕੋਈ ਭਗਤ ਅਤੇ ਸੱਜਣ ਮਨੁਸ਼ ਮਲਿਕਾ ਦੀ (ਵਾਣੀ) ਆਵਾਜ਼ ਅਨੁਸਰਨ ਕਰਨ ਗੇ , ਪ੍ਰਭੂ ਆਉਣ ਵਾਲੀ ਵੱਡੀ ਤਬਾਹੀ ਵਿੱਚ ਉਨ੍ਹਾਂ ਦੀ ਰੱਖਿਆ ਕਰੇਗਾ ਅਤੇ ਉਹ ਕਰਮਾਂ ਦੁਆਰਾ ਸਤਯੁਗ ਵਿੱਚ ਪ੍ਰਵੇਸ਼ ਕਰੇਗਾ। ਜੈ ਸ਼੍ਰੀ ਮਾਧਵ

www.ingramcontent.com/pod-product-compliance
Lightning Source LLC
LaVergne TN
LVHW101951220826
846093LV00006B/176

* 9 7 9 8 8 8 9 7 5 9 3 9 3 *